D1680212

அருகன்மேடு

அருகன்மேடு

ரேமாவிலிருந்து ரேமாவரை

நாவல்

ரமேஷ் பிரேதன்

யாவரும்
பப்ளிஷர்ஸ்

The views and opinions expressed in this book are the author's own. The facts contained herein were reported to be true as on the date of publication by the author to the publishers of the book, and the publishers are not in any way liable for their accuracy or veracity.

- அருகன்மேடு ● நாவல் ● ரமேஷ் பிரேதன் © ● முதல் பதிப்பு : டிசம்பர் 2021
- Arukaṉmēṭu ● Novel ● Ramesh Predan © ● First Edition : December 2021

- Pages: 128 ● Price : ₹ 160/-

- ISBN : 9789392876394

Released by :

M/s. Yaavarum Publishers
24, Shop no - B, S.G.P Naidu Complex,
Dhandeeswaram Bus Stop
Opp: Bharathiar Park
Velachery Main Road
Velachery, Chennai - 600 042

90424 61472 / 98416 43380
editor@yaavarum.com
Url : www.yaavarum.com; www.be4books.com

Designed by : Gopu Rasuvel

All rights, including professional, amateur, motion pictures, recitation, public reading, broadcasting and the rights of translation into foreign languages are strictly reserved. No part of this book may be reproduced in whole or in part or utilized in any form or by any means electronic or mechanical, including photocopying, recording or by any information storage and retrieval system now known or hereafter invented, without the prior written permission of the author/publisher.

ரமேஷ் பிரேதன்

27-10-1964 ஆம் ஆண்டு புதுச்சேரியில் பிறந்தவர். இதுவரை 15 கவிதைத் தொகுப்புகள், 7 நாவல்கள், 5 சிறுகதைத் தொகுப்புகள், 3 கட்டுரைத் தொகுப்புகள், நாடகங்கள், மொழிபெயர்ப்புகள் என முப்பது நூல்கள் வெளிவந்துள்ளன.

1

நான் தூங்கும்போது அருகனும் விழித்திருக்கும்போது ரேமாவும் உடனிருக்கிறார்கள். அறையின் இடது மூலையில் ஈரம் உமிழும் மண்பானையில் ரேமா நிரப்பிவிட்டுச் சென்ற நன்னீர் கனமாக அடைந்திருக்கிறது. பரந்து விரிந்த மரக்கட்டில்மேல் அமர்ந்து மடிக்கணினியில் இதை எழுதிக்கொண்டிருக்கும் எனது மூளையைவிட இந்தப் பானையின் மண் காலத்தால் தொன்மையானது; இதன் வடிவம் என்னைவிட வயதில் மூத்தது.

மூடியைத் திறந்து ஒரு குவளை நீர் முகர்ந்துப் பருகக் குனிகிறேன்; பானைக்குள் வங்காளவிரிகுடா அலையடிக்கிறது. அசையும் நீலத்திரவவெளியில் பாய்மரத்தில் என்னுடன் ரேமா. கடலைவிட அவளது அம்மணவுடம்பு ஆழ்ந்து அகன்றது. இளம் பகலின் உப்புக் குளிரில் மயிர்க்கண் சிலிர்க்கிறாள். யோனியின் உதடுகள் உப்புக்கரிக்கின்றன. நீந்திக் கடக்கமுடியாத நீளமான உடம்பு, அதில் நானே பாய்மரமாக நகர்கிறேன்.

ஐந்திணைகளாலானத் தமிழரில் நான் நெய்தலால் ஆனவன்; ரேமா வேற்றுக் கண்டத்தைச் சார்ந்தவள். திணைப்புலம் கடந்த அவளது அன்பும் ஆதரவும் இனப்புலன் கடந்தது. எனது கரியவுடம்பில் இளகிப் படரும் வெண்தாமரை மேனியாளின் தசைத்திடம். பேய்க்கணவாய் மீன்களின் கலவி நடனம். ரேமா என்னைக் கவ்விப் பிழிகிறாள். அலையாட பாய்மரமாட உடலம் புணர்ந்தாட நடுங்கும் விசும்பாடச் சுழலும் பூமியின் மையப் புள்ளியானோம். எனது உடம்பிலிருந்து என்னை வெளியே உருவியெடுக்கும் எத்தனம். கடலில் கலந்துப் பரவும் புணர்ச்சி நெடி கரை சென்று சேர்ந்து நுரை பூக்கும்.

கரை சேரத்தெரியாத பாய்மரத்தில் நானும் அவளும். காற்றின் வழியில் விரையும் கலத்தின் திசையறியாப் போக்கு. வெட்டவெளியிலிருக்கும் எமக்கு எமையன்றி வேறொருவர்

இல்லை. நிலத்தில் உருச்சமையும் நான் என்ற மனவொருமையைக் குலைத்து என்னை அனாதையாய் நிறுத்தும் கடல். ரேமாவின் உடம்புக்குள் எதைத் தேடுகிறேன்? ஐம்மூலகங்களையா அன்றி என்னையே தேடுகிறேனா? பெண், பெண்மை போன்ற வரையறைகளைக் கடந்தவள். என்னை வேறாய் ஆக்கும் எத்தனிப்பில் தானே வேறாய் ஆனவள். நாள்தோறும் என்னைத் தின்று வைக்கும் மிச்சத்திலிருந்து மீண்டும் துளிர்த்து முருங்கையைப்போல் அடர்கிறேன்.

கடலின் நீலத்தில் வழுக்கிச் செல்லும் வெண்பாய்மரத்தில் ரேமாவின் களிமண் உடம்பின் மீது வழுக்கிச்செல்கிறேன். அருகன்மேட்டுக் குயவன் பானைகள் வனைந்து மிச்சம் வைத்த களிமண்ணால் தானே தன்னை வனைந்து உருத்திரண்டவள். கடலில் வைத்து நிகழ்த்தும் ஆலிங்கனத் திட்டத்தை முதலில் சொன்னவள் ரேமா; அதைச் செயல்படுத்தியவன் நான். இது கடலின் நீளம்கொண்ட நீலப்புணர்ச்சியாக இருக்கும் எனச் சொல்லித் துள்ளிக் குதித்தாள். ஒரு மீனவன் மீன்பிடி வலையில்லாமல் கடலுக்குள் செல்வது அரிது. அதிலும் ஒரு வேற்றுக் கண்டத்து இளம் பெண்ணை உடன் கூட்டிச்செல்வது இவ்விரிகுடாவின் வரலாற்றில் நிகழாதது.

‘ரேமா, கடல் காற்றின் உப்புப் படிந்து உனது உடம்பு கரிக்கிறது. ஈரம் நொதிக்கும் உடம்பு இக்கடலின் ஒரு கண அலையாக என் மீது புரள்கிறது. உன்னளவுக்கு இக்கட்டுமரத்தின் மீது நீயே சிறு கடல். பருக முடியாத கரிப்பு நீ; பெருந்தாகத்தில் தொண்டை வறண்ட மீனவன் நான். உதடுகளைக் கவ்வித் தின்னத் தெரிந்த எனக்கு முத்தமிடத் தெரியவில்லை. இப்பிறவியை நீந்திக் கடக்க நீ மட்டுமே போதும்.’

“வள்ளத்தான்; வள்ளம் என்ற சொற்பொருண்மையிலிருந்து வளர்ந்து நிற்கிறாய். வள்ளா, வலையில் மீன் போல் உன்னிடம் வசப்பட்டேன். மீன் தூங்கும்போதும் நீந்தும், அதுபோல உன்னைப் புணர்ந்துகொண்டே தூங்குகிறேன். தூங்கும் உடம்பில் காலம் செயல்படாததைப்போல புணரும் உடம்பிலும் செயல்படாது. வாழ்நாளில் பாதியைத் தூங்கிக் கழிப்பதும் மீதியைப் புணர்ந்துக் கழிப்பதும் உயிரியல் வினை. நம் வாழ்நாளை நம்மால் மிச்சம் வைக்காமல் செலவிட இயலாது. இறந்தும் புணர்ந்தபடி இருந்தால் நம் உடம்பில் மரணம் செயல்படாது.”

‘மொழி உடம்பால் விளைவது என நினைத்திருந்தேன், அது அறிவால் விளைவது என்று நீ பேசுவதைக் கேட்கும்போது

விளங்குகிறது. நீ மொழியால் தமிழச்சி, உடம்பால் வெள்ளைக்காரி. காதல் செய்யத் தமிழைவிடத் தகுதியான வேறு மொழி உண்டா? புழக்கத்திலில்லாத செவ்வியல் மொழியொன்று இந்நிலத்தில் கொலைகளுக்கும் கொடுமைகளுக்கும் அறம் வகுக்கிறது. நாம் பேசும் செம்மொழி காதலுக்கும் காமத்திற்கும் அறம் வகுக்கிறது. ஒவ்வொரு மொழிக்கும் ஒரு மணம் உண்டு; தமிழில் கசிவது மனிதவுடம்பின் கலவி மணம்.'

"ஆம், உடம்பு வளர்த்தேன் உயிர் வளர்த்தேன் என்பது உங்கள் பண்பாட்டின் அடிப்படை. உடம்பை உடம்பால் உறவுகொள்வதன் வழி உலகை அறிவதே மனித சாராம்சம். உடம்பை மதித்துப் பொருட்படுத்தாதச் சமூகம் போர் செய்யும். உடம்புறவு என்பது இனப்பெருக்கத்திற்கானது மட்டுமில்லை; எனது அம்மணத்தை விரித்து உன்னைப் போர்த்திக்கொள்ளும்போது நாம் கடந்துவந்த ஐயாயிரமாண்டு நவீன வரலாற்றில் பிள்ளைப்பூச்சியாக ஊடுருவி ஒருவரிலொருவரைப் புதைத்துக்கொள்வது."

'கண்ணே, அத்தனைக் கோடி இன்பங்களையும் ஒரு புள்ளியில் குவித்த இடம் உன் உடம்பு. நிலத்தில் உருவாகும் உடம்பு நீரில் அடையாளமிழக்கும். நிலம் வழி உருவாகும் இன அரசியல் நீர்வழி நிலைக்காது. இவ்விரிநீரில் மொழியை மட்டுமே கைக்கொண்டு மிதக்கிறோம். நம்முடன் எல்லா இடத்திற்கும் முன்வந்து நிற்கும் மொழியின் முகமே நம் முகம். தன்னைப் பேசும் ஒருவரின் முகமே மொழியின் முகம். ஓர் இன வரலாற்று இயக்கத்தின் அத்தனைக் கோடி மனிதராலும் ஆனதே மொழிக்கான முகம். எனது மொழியில் உனக்குப் பொருந்தும் ஒரு முகம் அதன் சேகரிப்பில் இருக்கிறது. உன் உடம்பை என் உடம்பாலும் உள்ளத்தை என் மொழியாலும் அறிகிறேன். நீ இந்த அருகன்மேட்டு விரிகடல் அறிந்திடாத மொழியுயிரி.'

"நீரடித்து நீர் விலகுமா என்ற கேள்வி இந்தச் சொலவடையில் தொக்கி நிற்கிறது. இக்கோளில் நீரடித்து நீர் விலகிய இடமே நிலமாக நனையாமலிருக்கிறது. உறக்கத்தில் கனவுபோல நிலம். நீரின் அரசியல் நம்மை இணைப்பது; நிலத்தின் அரசியல் நம்மைப் பிளப்பது. நீரின்றி அமையாது உலகு. உனக்கும் எனக்கும் நடுவில் நிற்பது இனமோ அதன் நிறமோ மொழியோ அதன் தொன்மையோ மதமோ அதன் அரசியலோ இல்லை; மாறாக நம்மிரு உடம்புகள் நடுவில் நிற்பவை நீரும் நிலமும். உடம்புறவில் என்னில் நனையும் இடமே பயிர்செய் நிலமாகும்; நனையாத இடம் கடலாகும்; இது இயல் இருப்பிற்கு நேரெதிரானது."

‘ரேமா, இந்தக் கடல் எனது அறையின் இடது மூலையிலிருக்கும் பானைக்குள் அலையடித்துக்கொண்டிருக்கிறது. இந்தப் பானை அருகன் குப்பத்தில் வாழும் ஒரு குயவர் குடும்பத்தால் அருகன் மேட்டைத் தோண்டி எடுக்கப்பட்ட களிமண்ணைப் பதப்படுத்தி வனையப்பட்டது. மனிதரும் அவர் வாழும் ஊரும் செய்தொழிலும் தொன்மையானவை. பேசும் மொழியின் தொன்மை கடலைவிட மூத்ததென்பாரும் உள்ளனர். சிரிக்காதே, அதன் அதிர்வில் அலையசைவு மூர்க்கமாகி கடலின் கொள்கலன் உடைந்து விடப்போகிறது.’

“நீ மீனவனானதால் உனது மொழி ஒரு கவிஞனை இழந்துவிட்டது. கவிதை செய்வதற்கும் கடலில் மீன் பிடிப்பதற்கும் அதிக வேறுபாடில்லை. உனது தூண்டிலைச் சுறவம் தேர்ந்தெடுப்பதைப் போல் ஒரு கவியை வார்த்தைத் தேர்ந்தெடுக்கிறது. ஆம், உலகு நீராலானதுபோல மனிதர் மொழியாலானவர். மனிதவுயிரி இல்லாவிடில் இந்தப் பூமி ஓர் அஃறிணையாகிவிடும். பூமியில் எல்லாமாகி நிறைந்தது மனிதம்தாம்; பூமியைக் கொஞ்சம் கொஞ்சமாக இல்லாமலாக்குவதும் அஃதே.”

‘ரேமா, எந்தவொரு நாட்டிலும் மனிதர் ஒருபோதும் நிம்மதியாக வாழ்ந்ததில்லை. மனிதர் என்ற உயிரியல் அடையாளம் துறந்து குடிமக்கள் என்ற அரசியல் அடையாளம் பெற்றதிலிருந்து நாம் தத்துவார்த்த உயிரிகளாகிவிட்டோம். பண்பட்ட மனிதம் என்பது இயற்கை நிலையிலிருந்து அந்நியமானது. போர் என்ற திட்டமிடப்பட்ட அரசியல் பண்பாட்டு வன்முறை மனித விலங்கியலுக்கு முரணானது. நானொரு விலங்கு மனிதனாக இருப்பதையே விழைகிறேன். ஒரு விலங்கு மனிதன் நிகழ்கால எதிர் அரசியல் உயிரியாவான். நான் இயேசு கிறித்துவைப் போல உணவுக்காக மீன்களைக் கொல்பவனே அன்றி உணவுக்காக மனிதரைக் கொல்பவன் அல்லன். அரசியல் சொல்லாடலின் அடிப்படை உணவிலிருந்தேத் தொடங்குகிறது.’

“ஆம், கடல் என்பதோர் உணவு விளையும் வெளி; நிலம் பொய்த்தாலும் நீர் பொய்க்காத. நெய்தல். கோடி உயிர் நெரிசலில் விளையும் தீராத உணவுக் களஞ்சியம். கடல்கொண்ட நாடு பசியிலும் வறுமையிலும் வாடிச் சாவதில்லை. கடலின் பெருங்கருணை யாரொருவரையும் பசியில் மாளக் கைவிடுவதில்லை. நிலத்தின் அரசியல் நீருக்கு இல்லை; ஆம், கடலை நம்பினோர் கைவிடப்படார். இந்தப் புவிக்கோளில் கடல் என்பது பெண்பால்

உருவகம்; நிலம் என்பது ஆண்பால் உடலம். ஆணைவிட பெண்ணே உருவம் பெருத்தவள். ஆழிப் பேரலையாய் உன்னை வாரிச்சுருட்டி மூழ்கடித்துவிடுவேன்; வள்ளா, என்னைப் புணரும்போது அரசியல் பேசாதே. யோனிவாய் அரசியல் பேசினால் உலகவுருண்டை தேங்காயைப்போல இரண்டாய் உடைந்து மூளிகளாகிவிடும்.''

'நிலத்தின் லிங்கமைய அரசியலும் கடலின் யோனிமைய அரசியலும் மனிதச் சமூகத்தில் ஆண் பெண்ணாக உடம்புவழி பாலரசியலை வகுக்கிறது. உலக விலங்கினத்தில் மனிதப் பால்செயல்பாடுகள் மட்டுமே இன்றுவரை அரசியல்படுத்தப்பட்டுள்ளன. முத்தத்தில் தொடங்கி போகத்திளைப்பின் உச்சம்வரை உடம்பின் ஒவ்வோர் அசைவும் நகர்வும் அரசியல் சொல்லாடல்களாலானவை. உடம்பரசியலின் அழகியல் காமத்தால் வரையறுக்கப்படுகிறது. உடம்பைப் பனுவலாகப் பிரித்துப் படித்துப் பகுத்தறிவதே சமூக அரசியல் தத்துவத்தின் சாராம்சம். உனது தேகம் என்பது உனது தேயத்தின் குருதியாலும் சதையாலும் சமைந்தது. ஆம், உனது உடம்பின் மண்வாசனையில் நீ பிறந்த நாட்டின் வரலாறை முகர்ந்தறிகிறேன். உனது பரந்து விரிந்த உடம்பைத் தோண்டி பண்பாட்டுக் கனிமவளங்களைக் கைக்கொள்கிறேன். நான் உன்னைப் புணரவில்லை; உனது தேசியத்தைக் கற்கிறேன். தேகமும் தேயமும் வேறுவேறு அன்று. உன்னைப் புணரும்போது அரசியல் பேசாதே எனச் சொல்கிறாய்; உன்னைப் புணர்வதே ஓர் அரசியல் செயல்பாடுதான்.'

''ஆம், கலவியின் அரசியல் வழியே மனிதர் விலங்கினத்திலிருந்து வேறுபடுகிறார். மூளையில் மொழிமுளைத்து நாவில் துளிர்விட்ட போது மனிதர் விலங்கு நிலையிலிருந்து வேறொன்றாகப் பரிணமித்து வெளியேறியதன் விளைவே அரசியல் பரிணாமத்தின் முதல் பாய்ச்சல். மொழியே மனிதர்க்கு முதல் அறிவு. அகரமுதல எழுத்தெல்லாம் ஆதியறிவின் முதற்றே உலகு. வள்ளா, கலவியின் கலைத்தொழில்நுட்பம் மனித அறிவாற்றலைப் பல்கிப் பெருக்கிய முழுமுதற் காரணி. கலவியின் பொறியியல் தொழில்நுட்ப வளர்ச்சியே அணுவைப் பிளந்து நிலவில் நடந்து கொடிநாட்ட வைத்தது. கடவுள் என்பது முடிந்த சொல்லாடல்; மனிதம் என்பது கணந்தோறும் வளரும் முடிவற்ற அறிவு. பால்வீதியைத் தாண்டிப்போனாலும் உனது உடம்பிலிருந்து உன்னால் வெளியேற முடியாது. உடம்பைத் தாண்டி நீயும் நானும் இல்லை, இப்பெருவெளியும் இல்லை. கலவியே உடம்பை அறியும்

அறிவியல். புணர்ச்சியை ஓர் அரசியல் செயல்பாடு என்கிறாய்; அதை நான் அறிவியற் செயல்பாடு என்கிறேன்.''

'இந்நிலத்தின் சிந்தனை மரபுகளில் கடவுளை விலக்கிய நாத்திகப் பிரிவொன்று உண்டு. அதில் ஆண்குறியைத் தாங்கிய பெண்குறி உருவகம் ஒன்றே சமூக உறுப்பினர்களின் உள்ள ஒருமையைக் குவிக்கும் நடுப்புள்ளியாக நிற்கிறது. காலவோட்டத்தில் அப்புணர்ச்சிப் படிமத்தைச் சுற்றி சிவசக்தி என்ற புனைவு படிந்துப் படிந்து அதன் உள்ளடக்கம் வேறொன்றாகத் திரிந்து புதிய மதப்பிரிவாக வளர்ந்தது. தமிழ்க்குடி மரபில் தன்மை, முன்னிலை, படர்க்கை என்னும் முந்நிலை இடப்படுத்தலிலும் மாந்தரைத் தவிர்த்த அப்பாலை இருப்பிற்கு இடமில்லை. கடவுள் என்ற கருத்துரு செயலிழந்த அறிவே கலைகள் விளையும் நிலம். மண்டைக்குள்ளிருக்கும் மூளையைத் தொடைகளின் கவையிலிருக்கும் பாலுறுப்புக்குக் கொண்டுவரும் வினையில் விளைவதே கலைத்தொழில் அரசியல். ஆகவே, கலவிக் கணங்களில் நான் பல்கிப்பெருகி இயல்வெளி நிறைகிறேன். எதிர் பால் உடம்பு இல்லாமல் என்னால் உயிர்த்திருக்க இயலாது ரேமா.'

''நாட்டின் எல்லாப் பாதைகளும் தலைநகரை நோக்கியே சென்று சேர்வதைப்போல் உனது எல்லாப் பேச்சுகளும் மனிதவுடம்பை நோக்கியே செல்கின்றன. கடலில் தோன்றும் அலைகள் கரையைச் சேர்வதைப்போல் உனது எண்ண அலைகள் யாவும் என்னைவந்தே அடைகின்றன. நீயொரு கடலோடி; வாழ்வின் பெரும்பகுதியைத் தனித்தே கடக்கிறாய். கதை எழுதாத கதைசொல்லி. உனக்கு நீயே கதைகளைச் சொல்லிச் சொல்லி உன்னைக் கடந்துச்செல்கிறாய். நீ மட்டுமில்லை, இந்த மனிதக்கூட்டமே கதைகளால் காலவெளியைக் கடந்துகொண்டிருக்கிறது. நீ வாழ்ந்த காலத்தைவிட அவ்வாழ்க்கைக் கதையைத் திருப்பிச்சொல்லும்போது அதன் காலம் மேலதிகப்படியாய் நீண்டுகொண்டே போகும். இந்த நீலப்புணர்ச்சி கடலைவிட நீளப்புணர்ச்சி. ஏன் என்னை அப்படிப் பார்க்கிறாய்? புணர்ந்துப் பழகிய உடம்பென்றாலும் ஒவ்வொரு புணர்விலும் இது புதுவுடம்பு. உனது பார்வைத் தூண்டில் முள்ளில் இரையும் நான், எதிரில் கவ்வத் தயங்கும் சுறவமும் நானே.''

'ஆம், கடல் என்னும் மாபெரும் இருப்பு கதைகளால் உருவானது. கடல் தனது அலைகளால் ஓயாமல் கதைசொல்லிக்கொண்டே இருக்கிறது. கண்டம், துணைக்கண்டம், தீவு என கடலைக்கொண்டே நிலத்தை வரையறுக்கிறோம். மொத்தத்தில் இந்தப் பூநிலமே ஒரு

தீவுதான். நாளடைவில் கடல் பெருத்து நிலம் மூழ்கி இது நீர்க்கோளகையாகச் சமையும். நீரற்ற பாழ்நிலக் கோளம்போல் நிலமற்ற நீர்க்கோளம், காலத்தில் அன்று மனிதர் கடல்வாழ் உயிரினமாகப் பரிணமித்துவிடுவர். கற்பனைக் கதையுயிரியாய் நீந்தும் கடல்கன்னியும் கடல்காளையும் உயிரியல் பரிணாம வளர்ச்சியில் புதியதாகத் தோன்றுவர். கடலிலிருந்து கரையேறி உயிருடம்புப் பூண்ட மனிதர் மீண்டும் கரை அழியக் கடலேகி உடலம் திரிவர். இப்பொழுது இக்கட்டுமரத்தில் படுத்துக் கட்டிப்புணரும் நாம் அப்போது கடலின் இருளாழத்தில் வாலடித்து நீந்திப் புணர்வோம். புணர்ச்சி சலித்தாலும் எனக்கு இந்தக் கடல் சலிக்காது.'

"வள்ளா, அன்றொரு நாள் சொன்னாய், ஒரு சொட்டு கடல் உட்புகுந்துத் தைத்துக் கருத்தரித்தாள் உன்னை உன் தாய் என்று. நீ மட்டுமில்லை உனது மொழியும் கடலாலானது. பொதுவில் மனிதர் நிலத்தால் அடைபடுகிறார், கடலால் விடுபடுகிறார். கடல் வழியே மனித இனம் பல்கிப்பெருகியது. கடல்கோள் என்பதைத் தன் ஆதிநினைவாய்க் கொள்ளாத மொழி உலகவழக்கில் இல்லை. கடலின் நீள அகல ஆழமே நீ பேசும் மொழியின் தொன்மையை அறுதியிடுகிறது. இத்துணைக்கண்டத்தில் தமிழர் மட்டுமே முக்கடலாலான உயிரி. கடலோர மனிதர் கலவிச்செயலில் ஆழ்ந்த ஈடுபாட்டோடு தீவிரம்கொண்டியங்குவர். விரிதொடை பெண்குறியில் செவி பொருத்திக் கேள், உள்ளிருந்து ஆர்ப்பரிக்கும் அலையோசை. அலையோசையே செவ்வியல் தன்மைகொண்ட மூலவொலி. ஓனியின் ஓங்காரமே ஓம் என்று உணர்வாய். ஓங்கார மூலம் கடலாலானது; கடலை அறியாதார் அகண்டப் பெருவெளியின் முழுமையை உணரார். கடலே கடவுள்; ஆம், நீரின்றி அமையாது தமிழுலகு."

'ஆம், ஓங்கார ஒலியைச் செவியுற்ற தமிழர் அவ்வொலிக்கு வடிவம் வார்த்த எழுத்துருவே ஓ என்ற செவியொத்த வரைபடம். நுணுகிப் பார்த்தால் அ என்னும் எழுத்து அல்குல் போலவும் இ என்னும் எழுத்து இதயம் போலவும் துலங்கும். கண் என்று எழுதினால் அச்சொல் இமைப்பொழுது இமைத்திறந்து பார்க்கும். மனிதர்களை உயிருள்ள பனுவல்களாகவே பார்க்கிறேன்; சில பொழுது படிக்கிறேன். ரேமா, பனையோலைச் சுவடியின் ஏடுகளைப் பிரிப்பதுபோலவே உன்னை இதழ்ப் பிரிக்கிறேன். உடம்புடனுடம்பு கலப்பதனால் அது கலவி. உடம்பை உழுவதும் நிலத்தை உழுவதும் ஒரே வினை. அடிப்படையில் மனிதர் அனைவரும்

உயிர்த்தொழில்முறை உழவரே. உழவம் பொய்த்தால் உயிரியம் பொய்க்கும். உன்னை ஏறி உழும்போது ஈரம் நசநசத்த நிலம் பிளந்து வழிவிட, ஏர்முனை கீறி பனையேடு ஒரு பனுவலாய்ப் பரிணமிக்கும். பானையோட்டில் கீறப்பட்ட எழுத்துகள் பனையேட்டில் ஏற எடுத்துக்கொண்ட காலநீட்சியில் வரலாற்றின் நடுவே சில பக்கங்கள் தொலைந்துபோயின. பதியப்படாத நிகழ்வுகள் மறதியில் புதைந்தன. கடந்து சென்றவையை நினைவுகூறும்போது கதைகள் மொழியில் சேகரமாகின்றன. இனத்தின் அறிவுத்தொகைமை அதன் மொழிக்குள் சேகரமாகிறது. போர்வழி இனத்தை ஒடுக்குவதும் அழித்தொழிப்பதும் பழைய அரசியல் சொல்லாடல்; உடம்பைத் தொடாத வல்லாதிக்க வழிமுறை, ஓர் இனத்தின் மொழியை அழித்தொழிப்பதின் வழி நடந்தேறுகிறது. எனது சொற்களைக் கொல்வதன் மூலம் எனது வாழ்நாளைக் குறைக்கிறார்கள். பல நூற்றாண்டுகளாக பிறமொழி கலக்காமல் சொந்தமொழியில் மட்டுமே பேசி நான் உயிர்வாழ்ந்ததில்லை. கலவிக்கலையில் மட்டுமே நான் கலப்படமில்லாதத் தமிழனாய் மிளிர்கிறேன்.'

"உன்னை நான் கலப்பதால் நீ ஊனப்படுகிறாயா?"

'அப்படிச் சொல்லவில்லை; என் மொழியில் உன் மொழியைக் கலப்பதால் என்னை ஊனப்படுத்துகிறாய் எனச் சொல்கிறேன். இனத்தூய்மை என்பது வேறு மொழித்தூய்மை என்பது வேறு. மொழித்தூய்மை வழி இனத் தூய்மையைப் பேணும் இனவாதத்தை வெறுக்கிறேன். மொழியால் பிரிந்து உடம்பால் இணைவதில் அறிவின் பரிமாணம் பல்கிப்பெருகும். துறைமுகப் பட்டினம் போல உடம்பும் அறிவும் பன்னாட்டுப் பண்பாட்டு முனையமாக வேண்டும். இனத்தூய்மையே மேலாதிக்க அரசியலின் அடிப்படை. மொழித்தூய்மை வழி ஒருமையும் இனக்கலப்பின் வழி பன்மையுமாகப் புதிய விளைச்சலை உண்டாக்குவதே இனியான அகில அரசியல். தன்னைப் பன்மையாக உணரும் மனிதரே இனியான புதிய வார்ப்பு. நமக்குப் பிள்ளைப் பிறந்தால் அது இரு மொழி பேசும் ஒருடம்பாய் நிலைப்பெறும். ரேமா, இந்தத் துணைக்கண்டத்துக் கருப்பனுக்குப் பிள்ளைப் பெற்றுக் கொடுப்பாயா? உனது நிறத்தில் கருமை கலந்த செந்தமிழ் பேசும் ஃப்ராங்கோ தமிழ் மகவு?'

"வள்ளா, நான் எதையும் திட்டமிடுவதில்லை; காற்று வீசும் திசையில் அடித்துச்செல்லப்படுகிறேன். கடந்த ஆண்டில்

இத்துணைக் கண்டத்தைப் பற்றி நான் சிந்தித்ததில்லை. உன்னைக் கனவிலும் கண்டதில்லை. காற்றின் போக்கில் இங்கு வந்தேன், உன்னைக் கண்டேன், காதல்கொண்டேன். திட்டமிடுதல் எனது இயல்புக்கு ஒவ்வாதது. நான் ஒவ்வாமையால் உயிர்வாழ்பவள். எனது இயக்கத்தைக் காற்று முடிவுசெய்யும். இந்த விரிகடலில் வீசும் காற்றின் போக்கில் ஏகும் பாய்மரத்தில் நீலவெளி பின்புலத்தில் என் அம்மணமே உனக்கு வெளிச்சமாகும் காலப்பொழுதில் இக்கணம் மட்டுமே எனக்குரியது. நான் காலத்தைத்தாண்டி யோசிப்பதில்லை. நான் எனக்கு முழுமையாக வேண்டும். என்னைப் பங்குபோடவோ பகிர்ந்தளிக்கவோ பங்கேற்கவோ இயலாது. இந்த வாழ்க்கையில் நான் மட்டுமே எனக்கு முழுமையாகவேண்டும். பெறுவதும் தருவதும் தேவையற்ற செயல். நான் ஐம்புலன் ஐந்திணை ஐம்பூதகங்களாலானவள். என் உடம்புக்கு வெளியே என்னால் வாழமுடியாது.''

'ரேமா, நான் எளியவன். வீராம்பட்டினம் செங்கழுநீர் அம்மனைத் துணைக்கொண்டு இக்கடலில் கால் நனைப்பவன். நானோர் இனவழித் தொழில்முறை மீனவன். நிலம் நீர் காற்று விசும்பு நெருப்பு என்னும் ஐந்தால் உண்ணும் உணவியற்றி உயிர்வாழ்பவன். கலவியில் கொழிக்கும் அரசனும் மக்களும் போரை விரும்பார். இனப்பெருக்கமும் அதன் தொழில்நுட்ப வளர்ச்சியுமே இவ்வுலகை உய்விக்கும். உடம்பு வளர்த்தேன் உயிர்வளர்த்தேன் என்பது இனத்தொடார்ச்சியையும் வரலாற்றாக்கத்தையும் முன்னெடுப் பதையே சொல்கிறது. நமது உடம்புகளின் இடைவெளியில் பண்பாட்டு மானுடவியலைக் கற்றுத் தேர்கிறோம். குடும்பம் என்னும் சமூக நுண்ணலகு, பயிர்செய்த் தொழில் முனையும் ஓர் உழுவெளி. உழவமே சமூகம். இனப்பெருக்கமே சமூக இயங்கியல். குடும்பம் என்னும் அமைப்பே மனிதர் எழுதிய முதல் இலக்கணப் பனுவல். இறப்பற்ற பெருவாழ்வு என்பதைத் தனியர்களால் கட்டமைக்க இயலாது. சிலர் கருதுவதைப் போல தனிமை என்னும் நோய்மை முதுமையில் மட்டுமே நம்மை பீடிப்பதில்லை; இளமையில் தனிமை உயிர்வலியின் உச்சம். தனித்த உடம்பில் நிகழ்வதை உயிர்த்திருத்தல் என்றும் கூட்டு உடம்புகளில் நிகழ்வதை உயிர்வாழ்தல் என்றும் வேறுபடுத்தி அறிதல் வேண்டும். தனியுடம்பில் சமூக வாழ்க்கை பொருள்படாது.'

"அழகாகப் பேசுகிறாய். தமிழ்ச் சொற்களின் செழுமையால் என்னை மயக்கலாம்; சொற்களின் கூட்டமைவால் உருவாகும் கருத்து மிகவும் பிற்போக்கானது. குடும்பம் என்பது தனிச்சொத்துரிமையை

உருவாக்கும். இந்த விரிகடலை யாரும் உரிமைகொள்ள முடியாது. அமைப்பிலிருந்து வெளியேறி துளியாய் இருப்பதும் ஒன்று கலந்து கடலாய் விரிவதும் நீரின் நிலைப்பாடு; நான் துளியாகத் தனித்து நிற்பதையே விரும்புகிறேன். கைப்பிடி மணலில் தனியொரு மணல் நான். சமூகமாதல் என்பது மேலாதிக்கத்துக்கு வழிகோலும். தனிமனித நிலையே உச்சவிடுதலையை நுகர்கிறது; விடுபடுதலின் உச்சத்தில் நிலைப்பவர் பிறிதொன்றை மேலாதிக்கம் செய்யும் மன இழிமையை விரும்பார். நான் துளியென்றாலும் மொத்தக் கடலின் உவர்ப்பையும் என்னில் சுவைக்கலாம். வள்ளா, என்னில் நீந்திப் பழகிய பிறகு நீயே கடலாவாய்.''

'நான் கடலாய்ச் சமைய விரும்புபவன் அல்லன்; மாறாக, கடலில் இரண்டற கலந்து இல்லாமல் எந்தவொன்றாக மீந்து நிற்காமல் தடயமற்றுப்போவதையே விழைகிறேன். ஆம், நான் செத்ததும் உடலைச் சிறு துண்டுகளிட்டு, இறைச்சிக் குவியலைச் சரியாக இரு கூறாகப் பங்கிட்டு, பரந்த இக்கடல் மீன்களுக்கும் விரிவான் பறவைகளுக்கும் உணவாக்கிவிட வேண்டும். வயிற்றுக்கு உணவிடவேண்டும் என்னைச் சூழ்ந்த உயிர்களுக்கெல்லாம் என்ற பேரவா எனக்கில்லை. எனக்கு உணவாகி வாழும் மீன்களுக்கு நானே உணவாகவேண்டும். நான் பகிர்ந்தளிக்கப்பட்டு பறவைகளுக்கும் உணவாகி, இறுதியில் இறக்கும் பறவைகள் கடலில் விழுந்து மீன்களுக்கு உணவாகும்போது அதில் நானுமிருப்பேன். நான் இயற்கையிலேயே மீன்களோடுதான் வாழ்கிறேன்; கொஞ்ச காலம் பறவைகளோடும் வாழ ஆசை, எனவேதான் இப்பகிர்ந்தளிக்கும் ஏற்பாடு. சிறகுகள் முளைத்த மீன்கள் பறவைகளாகிப் பழைய ஞாபகத்தில் காற்றில் நீந்துகின்றன. கடலுக்கு மேலே பறவைகள். சுழலும் புவியின் மேலே விசும்பும் கோளம்தான்.'

"வள்ளா, உனது ஒருபிடி இதயத்தை மட்டும் எனக்குத் தரச்சொல்; அது மீன் சுவை போன்றதா இல்லை பறவையின் சுவையா என்பதைத் தின்றுத் தெளிகிறேன். நீயும் நானும் இரண்டு கண்டங்கள்; நம் உடம்புகளுக்கிடையே நீலக்கடல் சுழித்துக் கொண்டிருக்கிறது. உண்மை சொல்வேன் கேள்; உனது பாலுறுப்பு மொழியாலானது; பேசியே என்னைக் கருத்தரிக்கச் செய்துவிடுவாய். போகத்தில் நாவண்மை என்பது வேறுவகைப் பொருள்படும். நீ பேசும் தமிழால் உச்சம் தொடுகிறேன். ஆழிப்பேரலை என என்னை வாரிச்சுருட்டிப் புணர்கிறாய். நிலம் அதிர்கிறது; உடலம் இரண்டாய்ப் பிளந்து வழிவிடுகிறேன்; நீ இண்டு இடுக்கெல்லாம்

வழிந்து நிரம்புகிறாய். போதும், கரை திரும்புவோம்; என்னைக் கொஞ்சம் மிச்சம் வை. வாய்த் திறந்த சிப்பிக்குள் சொல்லாய்ச் சுடர்கிறேன். விட்டு விலகி நில்; சொல்லாய் மீந்த நான் வாக்கியமாய் வளரவேண்டும்."

'கரையேறி என்ன செய்யப்போகிறோம்? நிலத்தின் அரசியல் என்னைச் சோர்வடையச் செய்கிறது. ஒன்றில் தேங்காமல் திரவ வாயு திட நிலைகளில் மாறிமாறிச் சமையும் நீர்மையின் இயல்நிலை என்னைக் கவர்கிறது. கணம்தோறும் மாறிக்கொண்டேயிருக்கும் நீர்நிலை போலொரு மனநிலையும் உடம்பின் கட்டமைப்பும் இருந்தால் சக மனிதருடன் சண்டை இல்லை போர் இல்லை. ஒன்றில் நிலைப்பது மனிதரை அதிகாரமையப்படுத்துகிறது. அலைகள் என்னைக் கலைத்து அடுக்கியபடி இருக்கின்றன. ரேமா, இந்நிலத்தினர் கடவுளை வைத்துக்கொண்டு ஆண்டாண்டுக்காலமாக அக்கப்போரில் ஈடுபடுகின்றனர். கடலுக்குக் கடவுள் என்ற கருத்தாக்கமில்லை; அது நிலத்தாலானது. இயற்கையின் ஆகப்பெரிய சவாலாய் கடல்தான் நிற்கிறது. கடவுள் என்பது ஓர் ஆன்மிக நிலைப்பாடு; அது தர்க்கம் பிசகிக் குருடாய் முடியும் முட்டுச்சந்தில் திகைத்து நிற்கும்போது சமூகவன்முறையாகப் பரிணமிக்கிறது. இங்கு நாத்திகர்கொல்லப்படும்போது ஆத்திகர்கொலையாளியாகிறார். கடவுளை மறுப்பவர் அதை ஏற்பவரைக் கொல்வதில்லை. கதையைக் கதையால் எதிர்கொள்ள இயலாதவர் ஆயுதமெடுக்கிறார். ஒவ்வொரு முறையும் செத்துவிழுவது அறம் பிசகிய மனிதம். இது எதுவும் கடவுளுக்குத் தெரியாது. ரேமா, நிலத்திலிருந்து வெளியேறி படகை வீடாக்கி இறுதிமூச்சு அடங்கும்வரை கடலிலேயே தனித்திருக்க விழைகிறேன். நிலத்தில் கொசுத்தொல்லை போலக் கடவுளின் தொல்லை; கடல் நடுவில் கொசுவுமில்லை கடவுளுமில்லை. இயற்கையுடன் நான் இரண்டறக் கலந்து நிற்பேன். முத்தமிடும்போது எனது நாவை உனது நாவால் துழாவுகிறாயே அதுபோல ஐம்பூதகங்களுடன் கலக்கக் கடலே நிலத்தைவிட சிறந்த ஊடகம். சிரிக்காதே. உன் சிரிப்பில் தீத்துளி தெறிக்கிறது.'

"வள்ளா, கடவுள் என்ற அல் இருப்பு பெண்ணால் பிறப்பிக்கப்பட்டது இல்லை, அது ஆணால் ஆக்கப்பட்டது; ஆகவே அதற்கு ஆண்குறியைப் பொருத்தியிருக்கிறான். பெண் அந்தக் கடவுளை ஏற்பதில்லை. மேலும், அதை வெளிக்காட்டிக்கொள்வதுமில்லை. ஒவ்வொருத்தியும் அவளுக்கென்று அந்தரங்கமாக ஒரு கடவுளை வைத்திருக்கிறாள்; மரப்பாச்சி பொம்மையைப் போல குழந்தைப் பருவத்திலிருந்தே தன்னுடன் அதைப் பேணி வளர்க்கிறாள்.

ரமேஷ் பிரேதன்

அவளுடனே சேர்ந்து அதுவும் வளர்ந்து நிற்கிறது. ஆண் செய்தத் தவறை அவள் செய்வதில்லை; ஆணைப் போல தனது பாலுறுப்பைக் கடவுளுக்குப் பொருத்துவதில்லை. பெண் தனக்கான கடவுளை பால்நிலைக் கடந்த இருப்பாகவேப் படைக்கிறாள். அவள் பருவமடைந்ததும் தன் கன்னிமையை அப் பால்நிலை கடந்த உருவகத்திடம்தான் முதலில் இழக்கிறாள். அந்த முதல் போகத்தின் உச்சச் சிலிர்ப்பை சக ஆண்களிடம் தேடியடைவதே அவளது புறவாழ்வின் நடைமுறை அரசியலாக இருக்கிறது. பாவம் அவள், மரப்பாச்சி மனிதனிடம் பால்நிலை கடந்த கடவுளின் போகத்தைத் தேடுகிறாள். அதனால்தான், எந்தவொரு பெண்ணும் தனக்கு வாய்த்த ஆணின் குறியைவிட அவன் நாவின் மீதே நாட்டம்கொள்கிறாள். ஆம், எனது நாவால் உனது நாவைத் துழாவும்போது எனது அந்தரங்கக் கடவுள் அதில் தட்டுப்படுகிறதா எனத் தேடுகிறேன். ஆம், ஒருத்தி தனக்கென அகத்தே பிறப்பித்துக்கொண்ட கடவுளையே தன் வாழ்நாளெல்லாம் புறத்தே தனக்கு வாய்க்கும் ஆண்களிடம் தேடுகிறாள். காதல், காமம், திருமணம், குடும்பம், தனிச்சொத்து என்பவை எல்லாம் இனப்பெருக்கத்திற்கான ஒப்பந்தமே அன்றி வேறில்லை. வள்ளா, சமுதாயக் கூட்டுறவு என்பதே இனப்பெருக்கத்திற்கான ஒப்பந்தத்தின் விளைவு; அதனால்தான், வம்படியாக எல்லா சமூகங்களும் தனக்கானக் கடவுளைச் சாட்சிபூதமாக நிறுத்துகின்றன. மதங்களைவிட அவற்றின் கடவுளர்களின் எண்ணிக்கை பெருத்துள்ள உலகில், இனப்பெருக்க ஒப்பந்தப் பதிவாளர் வேலையை மட்டுமே கடவுள்கள் செய்கின்றன. வள்ளா, கரைக்குத் திரும்புவோமா? கிழக்குக் கடலின் உப்புவாடை காற்றில் கரைந்து இடம்பெயர, விந்தும் சாண்டையும் இரண்டற கலந்த உயிர்வேதிமை நெடி இத்திரவவெளியைக் கவிகிறது. மீன் கவிச்சையை மீறிய நம் உடம்புகள் நொதிக்கும் கவிச்சை மீண்டும் மீண்டும் என்னைக் கிளர்ச்சியடைய வைக்கிறது. நான் கரையொதுங்க வேண்டும்; நீயே பாய்மரமாகி என்னை வழிநடத்து.”

2

பானையின் வடிவத்தை முதன்முதலில் எப்படிக் கண்டடைந்திருப்பேன் என்பதைச் சிந்திக்கத் துவங்குகையில், எனக்குப் பாலூட்டிய தாய் முலையே கண்முன் உருப்பெருகி நிற்கிறது. சதையால் திரண்ட பால் நொதித்த கலயமே முலை என்பதும், அதன் போலச் செய்ததே அருகன்மேட்டுப் பானை என்பதும் அகழாய்வியல் நோக்கு. முலையின் வடிவத்தைப் படியெடுத்ததே சிறிதும் பெரிதுமான பானைகள், தாழிகள் போன்றவை. முலைக்குடம், பனிக்குடம், கரு வளர்ந்து கனக்கும் அடிவயிறு எனப் பானைகளாலானவளே மூதாய்க் கிழவி.

என் தந்தை ஒரு பானையிலிருந்து வந்தவர். கடலின் அடித்தரையில் புரண்டுப் படிந்து அமிழ்ந்திருந்த ஈழநாவாயைக் காற்றும் அலையும் புரட்டும்போது உள்ளிருந்து வெளிமிதந்துவந்த பானையை மீனவக் குடிகள் நடுக்கடலில் கண்டனர். இருவர் நீரில் குதித்து நீந்தி, பானையைத் தூக்கிக் கலத்தில் ஏற்றினர். சுவைத் தேறலாக இருக்கலாம் என எண்ணியே கரைக்குக் கொண்டுவந்து தாழியின் மூடியைத் திறந்தனர். உள்ளே நிணநீரில் மிதந்தபடி கண்திறவாதக் குழவியாகத் தந்தை இருந்தாராம். அந்த இரண்டு மீனவ நண்பர்களும் அவரை வளர்த்து ஆளாக்கினர். அந்தத் தாழியே எனது தந்தையின் தாய்; அந்த இரண்டு நண்பர்களும் எனது தந்தையின் தந்தையர். அடுத்தத் தலைமுறையில் நான் அருகன்மேட்டுப் பரதவன் ஆனேன்.

ரேமா, நீ என்னுடன் இல்லாதபோதும் உன்னுடன்தான் பேசிக்கொண்டிருக்கிறேன். நான் எந்தவொரு காலத்திலும் ஒருபோதும் தனியாக இருந்ததில்லை. கருவாய் இருந்தபோதும் அம்மாவின் வயிற்றுக்குள்தான் இருந்தேன். நடுக்கடலில் படகில் சுறவத்தூண்டிலோடு தனித்திருக்கும்போது இளநீல நீர்ப்பரப்பில் கடவுளின் நெடுநிழல் அலையசைவில் மிதக்கும்; அது எனக்குத் துணைநிற்கும். நான் வரலாற்றில் வாழ்பவன்; எதிரில் ஒருவர்

இருக்கும்வரை வரலாறு முற்றுபெறாது. காலம் என்ற கற்பிதம் இல்லாமல் நம்மை நாம் இடப்படுத்த முடியாது. உடம்பே நமது இருப்பைப் பொருண்மை செய்கிறது. சேர்ந்து வாழலாமா என்று உன்னைக் கேட்டிருக்கக்கூடாது. உனது சொந்த வாழ்க்கையை எனக்குச் சொந்தமாக்கிக்கொள்ளும் எத்தனிப்பு. நீயும் நானும் தனித்தனியாக இருப்பதால் பன்மையாகிறோம், சேர்ந்துவிட்டால் ஒருமையாகிவிடுவோம். இரண்டை ஒன்றாக்குவதே சமூகமாதல் என்ற வன்முறைக் கட்டமைப்பின் அடிப்படை; இது உயிரியல் பண்பிற்கு எதிரானது. உனது உடம்பைத் தாண்டி நீயில்லை எனும்போது காதல் என்னும் அபத்த வலி எனக்கெதற்கு? இருக்கும்போது இரண்டற நிற்பதே அக்கண அறம்.

என் தந்தை இரண்டு ஆண்களாலானவர் என்று சொன்னேனல்லவா, அதைப்போலவே என் தாயும் இரண்டு பெண்களாலானவள். அவள், பானைக்குள்ளிருந்து வந்தவள் இல்லை, மாறாக, அதிகாலை, கரையில் ஒதுங்கிய கர்ப்பிணி ஒருத்தியின் கிழிந்த அடிவயிற்றிலிருந்து வந்தவள். பரிதி முளைப்பதற்கு முன்பு பாடுகளோடு கரையொதுங்கும் படகுக்காரர்களிடமிருந்து வலைமீன் வாங்கக் கூடைகளோடு கடற்கரைக்குச் சென்ற தோழிகள் இருவரின் பார்வையில் குற்றுயிரும் கொலையுயிருமாக நிறைமாத வயிற்றோடு ஒருத்தி அலைகளில் உருண்டுகொண்டிருந்தாளாம். அவளைக் கரையில் இழுத்துப்போட்டதும் இருவரையும் மாறிமாறி பார்த்தபடி உயிர் பிரிந்திருக்கிறது. பிணத்தின் அடிவயிறு கிழிந்து வெளிப்பிதுங்கித் தொங்கிக்கொண்டிருந்தக் குழவியைத் தோழிகள் இருவரும் வெளியே இழுத்து, அழும் குழந்தையை வாரித் தூக்கிக்கொண்டனராம். அந்தக் குழந்தை வளர்ந்துப் பெரியவளாகி, என் தந்தைக்கு மனைவியாகி, எனக்குத் தாயாகி நிலைத்தாளாம். இது ஏதோ புராணப் புனைவுபோல இருக்கும்; ஆனால், கடலைச் சார்ந்த கதைகள் யாவும் உண்மையாக நடந்தவைதாம். சமூகம் என்பது கதைகளாலானது; அதில் உண்மை, பொய்மை என்ற பிரிவினை இல்லை.

ரேமா, நீ எங்கிருக்கிறாய்? எப்படியிருக்கிறாய்? இந்தக் கடல் உன்னை எங்கு அழைத்துச் சென்றுகொண்டிருக்கிறது? ஏதேனுமொரு கண்டத்தில் கரையேறிவிட்டாயா; அன்றி, ஏதேனுமொரு கடலில் இப்போது மிதந்துகொண்டிருக்கிறாயா? நிலத்தில் நிலைத்தவனின் உடம்பில் காலம் நேர்க்கோட்டில் செயல்படும்; நீரில் மிதப்பவளின் உடம்பில் காலம் அநேர்க்கோட்டில் செயல்படும். கடல் என்னுமொரு கால இயந்திரத்தில் உட்புகுந்து உன்னைக் கலைத்துக் கலைத்து

20 அருகன்மேடு

அடுக்குகிறாய். உன்னைக் காலத்தில் என்றேனும் குருதியும் சதையுமாக மீண்டும் சந்திப்பேனா?

அருகன்மேட்டுக் கடற்கரை மணல் குன்றில் அகழ்வாய்வாளர்களால் கண்டெடுக்கப்பட்ட, என் தந்தையைக் கருச்சுமந்த, உள்ளங்கை அகலப் பானையோட்டில் அவருடைய பெயர் கீறப்பட்டுள்ளது. இந்த அரியச் செய்தியை உன்னுடன் பகிர்ந்துகொள்வதில் பேருவகை கொள்கிறேன். கடல் பாடுக்குச்சென்று நாளாகிவிட்டது. வரலாறு என்பது இறுதிப் பக்கம் இல்லாத புத்தகம்; அதில் என்னைப் பற்றியும் உன்னைப் பற்றியும் எழுதிவைக்க ஆசைப்படுகிறேன். வரலாற்றுப் பக்கங்களில் அதிகாரப் பிரிவினர்க்குத்தாம் இடமுண்டு, சாமனியருக்கு இடமில்லையா? இந்தக் கடற்கரை மணல் திட்டுகளில் புதைந்த வரலாறும் அதில் எழுதப்படாத மக்களின் கதைகளையும் கண்டெடுக்கப்போகிறேன். வம்பா மணல் திட்டுகளாக உனது உடம்பின் மேடு பள்ளங்கள். ஆழிப்பேரலையாகத் திரண்டு உன்னை வாரிச் சுருட்டிப் புணரப்போகிறேன். தூக்கம் வருகிறது; திறந்த மடிக்கணினியை மூடும்போது இரண்டாகப் பிளந்த காலம், மேல் கீழாய்ப் பொருந்தி நம்மைக் கவிகிறது.

உண்மையைப் பேசும்போது சொற்களுக்கு வெளிச்சம் கூடிவிடுகிறது. சோர்ந்த முகம் தெளிந்து அழகுக்கூடுகிறது. மண் அகலோ வெள்ளி அகலோ தங்க அகலோ எதில் எரிந்தாலும் ஒளியின் அழகில் வேறுபாடில்லை. அதுபோலவே நீ அருகிலிருந்தாலும் தூரத்தில் இருந்தாலும் உடனிருந்தாலும் காலத்தாலும் வெளியாலும் விலகியிருந்தாலும் என்னுடனான உன்னிருப்பில் வேறுபாடில்லை. நீ உடம்பாலானவளில்லை; எனது எண்ணங்களாலானவள். எண்ணத்திற்குக் காலவெளி பரிமாணங்கள் இல்லை. நீ இருப்பாகவும் அல் இருப்பாகவும் இருப்பதால், நான் உன் உடம்பை ஒருநாளும் பொருட்படுத்தியதில்லை. சிந்தனையின் வேகத்தில் உடம்பால் இயங்குகிறேன், எனவே, உன்னை நீங்கி நான் ஒருபோதும் நிலைத்ததில்லை.

ரேமா, கடலைப் பார்க்கும்போதுதான் என்னுடன் நீ இல்லை என்பதை உணர்கிறேன். சாளரக் கதவுகளை மூடிவிட்டால் கடல் பார்வையிலிருந்து மறைந்துவிடுகிறது. நடுக்கடலில் வைத்து உன்னைப் புணர்ந்ததால் அந்தக் கடலே நீயாகி நிற்கும் தோற்றத்தைக் கொண்டுவிடுகிறது. எனவே, எனது பார்வையில் கடல் படுவதைத் தவிர்க்கிறேன். இயல் இருப்புகள் மனக்கற்பனைகளைத் தொந்தரவு செய்கின்றன. எனக்குள்ளிருக்கும் உன்னை வெளியில் எடுத்து

ஐம்மூலகங்களில் ஏதாவதொன்றில் பொருத்திவிட்டு இந்த இரவைத் தூங்கிக் கடக்கவேண்டும். தூங்கும்போது மரணம் உன்னை நெருங்காது, விலகிச் சென்றுவிடும்; விழித்திருக்கும்போதே அது உன்னைத் தொடும். சாவை விலக்கிவைக்கத் தூக்கத்தை வசப்படுத்தி கைக்குள் வைத்திருப்பவரே காலத்தில் நெடுந்தூரம் பயணிக்கமுடியும். தூங்கு வள்ளா தூங்கு என்று தலைக்கோதி அம்மா என்னைத் தூங்கச்செய்வாள். நான் கடலிலிருக்கும்போது விழித்திருக்கிறேன்; நிலத்திலிருக்கும்போது தூங்கிக்கொண்டிருக்கிறேன். கடல் எனது மரணத்தின் பெருவிழிப்பு, அதை உறங்கச்செய்வதே மரணம் கடந்தப் பெருவாழ்வை நிலைப்படுத்தும். இயற்கையை அதன் இயங்கியலுக்கு எதிராக மனிதரால் இயக்கமுடியாது.

பழங்கால வணிகத் துறைமுக நகரமான அருகன்மேட்டின் பெரும் பகுதி இந்தக் கடலுக்குள்தான் இருக்கிறது. அதன் இடிபாடுகளுக்குள் எங்கோ சரிந்தத் தூண்களின் இடுக்கில் அம்மா சொன்ன நெடுங்கதை ஒன்று சிக்கிக்கொண்டுள்ளது. ஆம், என்னைத் தூங்க வைக்க அவள் சொன்னக் கதைகளில் ஒன்று. அக்கதைக்கு, விழிப்பை விரட்டித் தூங்கச் செய்வதின் மூலம் மரணம் என்னை அண்டாமல் விலகி நிற்கச்செய்யும் தொழில்நுட்பம் தெரியும். விழிப்பின் மூலம் மரணத்தைத் தள்ளிவைப்பதும் உறக்கத்தின் மூலம் மரணத்தைத் தள்ளிவைப்பதும் சொல்கதை இயங்கியலின் எதிரிடை இருமை. அம்மா இறந்த பிறகு என்னைக் கதைசொல்லித் தூங்கவைக்க யாருமில்லை. எனவே, கலவியின் வழி மரணத்தைத் தள்ளிவைக்க ஏதும் வழியுண்டா என்ற ஆய்வில் ஈடுபட்டேன். எனது ஆய்விற்கு நீ ஒத்துழைப்பாயா என்பதை அறிந்துகொள்ளும் ஆவலில்தான் என்னுடன் சேர்ந்து வாழ்வாயா என உன்னைக் கேட்டேன். நீ அதை மறுத்ததுமில்லாமல் உடனே புறப்பட்டு நோக்கமும் முடிவுமில்லா உனது பயணத்தைத் தொடங்கிவிட்டாய். நிலம்விட்டு நிலம் தாவும்போது நீ கூடுவிட்டு கூடு தாவுகிறாய். இதுவும் ஒருவகை வாழ்முறைதான். பெண்ணே, வாழ்தலென்பது மரணத்தை ஒத்திப்போடுவதுதானே.

ரேமா, உடம்பை ஒரு கலைப்பொருளாய்ச் செய்வது கலவி என்னும் வினை. கலைக்குக் கருப்பொருளாகவும் பருப்பொருளாகவும் விளங்குவது கலவிச்செயல். உனது இருப்பின் வழியே என்னைப் பொருண்மை செய்ய உன்னையன்றி எனக்கு வேறு யாருளார்? விரிகடல் வலைஞனின் பிடிக்குள் கடல்கன்னி ஒருத்தி இதுநாள்வரை கிட்டியதில்லை. கடலில் அலையுடன் வாழப்பழகியவனுக்குக் கரையில் பெண்ணுடன் வாழ்தல் பெருஞ்செயல் அன்று. நிலத்தில்

வாழும் உயிர்களுக்கு இணையாக நீரிலும் உயிர்கள் காணக்கிடைத்தாலும், மனிதவுயிரிக்கு இணையானக் கடலுயிரி ஏதுமில்லை. கடல்கன்னி என்னும் கற்பிதம் என்னைப்போல் வாழ்வில் தனித்து நிற்பவனுக்கே வசப்பட்டிருக்கும். தனியனின் வலையில் கடல்கன்னி ஒருத்தி பிடிபட்டால், அவளை உனது பெயரால் அழைத்து எனக்கான வாழ்க்கைத் துணையாகக் கடலில் வைத்தே குடும்பம் நடத்துவேன். நிலத்தால் கைவிடப்பட்ட இனக்குடிகளைக் கடல் அரவணைத்துக்கொள்ளும் என்பது முன்னோர் கூற்று. இத்துணைக்கண்டத்தில் முக்கடல்களால் ஆனவர் தமிழர். கடலால் ஆனவரைக் கடல் தாண்டத் தடைபட்டவர் ஆள்கின்றனர். இந்நிலம் ஒரு பெரும் போரை எதிர்நோக்கி இருத்தி வைக்கப்பட்டுள்ளது. ரேமா, நான் சோம்பிக் கிடக்கவில்லை, எனக்குள் ஒரு விடுதலைப்போரைக் கட்டமைத்துக் கொண்டிருக்கிறேன். போராளி ஒருநாளும் தனித்திருப்பதில்லை.

ரேமா, நான் உன்னிடம் நிகழ்கால அரசியலைப் பேசும்போது உனது பங்கெடுப்பு வெறும் மௌனமாகவும் கவனிப்பாகவும் மட்டுமே இருக்கின்றன. இந்த நிலத்தின் அரசியல் உனக்கு அந்நியமானது என்பதை அறிவேன்; இருப்பினும், எனது உடம்பு என்பது இந்நிலம் வகுத்த அரசியல் விளைவுதானே; அதை நீ தின்னும்போது எனது அரசியலைத்தானே உனது வாய் சுவைக்கிறது. விடுதலை என்பது எப்படி இருக்கும்? அதை இதுநாள்வரை எனது உடம்பின் வழியே உணர்ந்ததில்லை.

முடக்கப்பட்ட மூளைச் செயலானது உடம்பை நிலத்துக்குள் அடைத்துவைத்திருக்கிறது. நிலத்திலும் நீரிலும் இருவேறு வாழ்க்கை; இது எனக்குக் கிடைத்த கொடுப்பினை. நிலம் என்னை நெருக்கும்போது நீருக்குள் இறங்கிவிடுகிறேன்; இது நெய்தல் திணையோனுக்கு வாய்த்தத் தப்பித்தல் முறைமை. நிலத்தில் நிற்கும்போது பாதங்களில் சல்லிவேர்கள் முளைத்து என்னை மண்ணோடு தரிக்கின்றன. நீரிலோ பாசியைப்போல மிதக்கிறேன். மிதந்துத் திரிவதிலும் ஒருவகையான விடுதலை மானுடர்க்கு வாய்க்கிறது. கிளையிலிருந்து வான்நோக்கி எழும் பறவையின் சிந்தனைக்குள் மரம் இடம்பெயர்கிறது. முற்றிய காயிலிருந்து வெடித்து வெளியேறுவது விதையின் விடுதலை; விதைக்குள்ளிருந்து முட்டி வெளியேறுவது முளையின் விடுதலை. ரேமா, அடைபடும் வெளியிலிருந்து நீ இடம்பெயர்ந்துகொண்டே இருக்கிறாய். நான் நிலத்திலும் நீரிலும் இடம்மாறி நிலைமாறி வாழ்கிறேன்.

ஒரு சமூகத்தின் இயங்கியலை வரையறுக்கும்போது அரசியல் என்ற அறிவமைப்பு உருவாகிறது. தன்னைச் சுற்றி நிகழும் அரசியல் சொல்லாடல்களிலிருந்து ஒரு தன்னிலை தன்னை வெளியேற்றிக் கொண்டு வாழமுடியாது. நான் முதலும் முடிவுமாய் ஓர் அரசியலுயிரி. எனது தேர்ந்தெடுப்பு உன்னிலிருந்து வேறுபடலாம். இச்சமூகம் ஏற்கெனவே ஆக்கிவைத்திருக்கும் ஒன்றைவிட்டு நீங்கி எனக்கான புதியவொன்றை உருவாக்கவும் செய்யலாம். என்னைச் சிலர் வழிமொழியவும் பின்தொடரவும் செய்யலாம். கூட்டத்தில் ஒருவராய் நிற்பதும் என்னைச் சுற்றி கூட்டத்தைக் கூட்டி நிறுத்துவதும் ஒரே செயல்தான். இடம்பெயர்வதின் மூலம் நீ ஒன்றில் அடைபடுவதிலிருந்துத் தப்பிப்பதாக நினைக்கிறாய். ரேமா, நீ உடம்பால் ஆனவள்; மரணம் மட்டுமே உன்னை உனது உடம்பிலிருந்து வெளியேற்றும். அப்படி நீ வெளியேறிவிட்டால் அற்றுப்போய்விடுவாய். ஆக்கம் என்னும் வினைக்குப் பெயர் அரசியல்; வாழ்தல் என்பதே நமது அரசியல் செயல்பாடு. அன்று நான் படகில் உன்னைப் புணர்ந்தபடி சொன்னேனே ஞாபகமிருக்கிறதா? உன்னைப் புணர்வதே ஓர் அரசியல் செயல் என்பதாகச் சொன்னேனே. அது அப்படித்தான்; விலங்கியல் உலகில் மனிதர் மட்டுமே அரசியலுயிரி. விலங்குகளாலான குழுவிற்கும் சமூகத்திற்கும் இடையிலான வேறுபாட்டில் விளையும் இயங்கியற் பொருண்மையே அரசியல். உனது உடம்பின் நிறத்தைத் தாண்டி உன்னை என்னால் பார்க்கமுடிந்ததில்லை ரேமா.

ஒரு வெள்ளைக்காரியுடன் நான் பழகுவதும் அவளுடன் கடற்கரையில் உலவுவதும் எனது குடிகளுக்குப் பெருமையையும் பொறாமையையும் ஏற்படுத்துகிறது. உனது உடம்பின் கதிரொளிப் பூவின் நிறம், நிமிர்ந்தச் சுடரின் கூர்முனையில் துலங்குவது. உடம்பைவிட்டு வெளியேறாத வெளிச்சம் உனக்குள்ளேயே குமைகிறது. ஆம், நீயும் நானும் இருவேறு நிறங்கள். நிறங்களின் அரசியல் பொருளியல் அரசியலைவிட சிக்கலானதும் வன்மம் நிறைந்ததுமாகும். இனம், நிறம், மொழி, பண்பாடு, பொருளாதார நிலை இவற்றை புறமொதுக்கி அறிவு என்றவொன்று உன்னை ஆட்கொண்டது. உடம்பு வழி வரலாற்றில் பயின்றுவரும் எல்லா வேற்றுமைகளையும் அறிவு என்றவொன்று இல்லாமலாக்குகிறது. நாம் அறிவால் புணர்ந்து இணைந்தோம். உனது உடம்புக்குள் ஊடுருவி அறிவை உறிஞ்சி எனக்கானப் பட்டறிவாக்கிக்கொள்கிறேன். நாம் நுண்ணரசியல் கூறுகளாலானவர். காலத்தின் ஒவ்வொரு நுண்மையிலும் அரசியல் நுண்ணுயிரிகளாக இருக்கிறோம். நமது

இரண்டு வேறுபட்ட உடம்புகளின் உடன்பாடும் முரண்பாடுமே சமூக அரசியலுக்கு அடிப்படையாக அமைகிறது. ரேமா, உன்னைப் புணரும்போதுகூட அரசியல் பேசுகிறேன் என்று பலமுறை என்னிடம் குறிப்பிட்டிருக்கிறாய். ஆம், நான் அப்படியாகத்தான் இருக்கிறேன்.

என்னை ஒரு நெடுங்கதையாகத் தொகுத்து வைத்திருக்கும் நான் தனித்திருக்கும் வெறும்பொழுதுகளில் எடுத்துப் புரட்டிப் படிப்பேன். சமூகவுயிரியான எனது வாழ்க்கை அரசியல் கோட்பாட்டுக் குறிப்புகளால் நிறைந்துள்ளது. மொழிக்கு இலக்கணம் வகுக்கும் தொல்காப்பியமும் வாழ்விற்கு இலக்கணம் வகுக்கும் திருக்குறளும் ஒரு சமூகத்திற்கான அரசியல் அறிக்கைகளாகவே இருக்கின்றன. என்ன செய்வது? நான் உனக்குத் தந்த முத்தத்தில்கூட அரசியல் இருக்கிறது. நடுயிரவில் சாளரத்தின் வழியே இருண்ட கடலைப் பார்க்கிறேன். தூரத்து இருட்டில் மிதந்துத் திரியும் இரண்டு வெளிச்சப் புள்ளிகள். இந்த இரவில் எங்கோ மிதந்தபடி என்னை நீ நினைத்துக் கொண்டிருக்கலாம்; தூங்கிக்கொண்டிருக்கலாம். உறக்கத்தில் மட்டுமே உடம்பிலிருந்து மொழி வெளியேற்றப்படுகிறது. மொழி அறுந்த நிலையில்தான் உறக்கம் கைக்கூடும்.

வாழ்வின் எல்லா நிலைகளிலும் எல்லாக் காலங்களிலும் யாராவது ஒரு பெண், இனம் கடந்து மொழி கடந்து நிலம் கடந்து வந்து என்னோடு உறவாடி எனது இருப்பை நீட்டிக்கச் செய்கிறாள். இது எப்படி நிகழ்கிறது என திரும்பிப் பார்த்துப் பார்த்து வியக்கிறேன். கட்புலனாகாதோர் இருப்பு எங்கிருந்தோ என்னைக் கவனித்தபடி எனக்கானத் தேவைகளைத் தக்கச்சமயங்களில் உடன்வந்து நிறைவேற்றித் தருவதைத் திடமாக உணர்கிறேன். பொதுவழக்கில் இதைக் கடவுள் செயல் எனச் சொல்வார்கள். பகுத்தறிவதற்கு இதிலொன்றுமில்லை. ஒவ்வொரு பொருளின் அசைவும் இயங்கியல் தர்க்க அடிப்படைக்கொண்டது. சமூகவுருவாக்கம் இயல்பிலேயே கணிதவியல் கட்டமைப்பைக் கொண்டது. தர்க்கப்பிசகு என்னில் நேர்ந்ததில்லை. ஏற்கெனவே திட்டமிடப்பட்டு வடிவமைக்கப்பட்டு வரையறுக்கப்பட்டு எனது வாழ்வியக்கச் செயல்பாடுகள் நிகழ்ந்து கொண்டிருப்பதைக் காண்கிறேன். அதாவது, எழுதப்பட்ட கதையை வாக்கியம் தப்பாமல் வாழ்ந்துகொண்டிருக்கிறேன். நானொரு வாழ்முறை மீனவக் குடியோன்; எனது ஒரு காலை நிலத்திலும் மறு காலை நீரிலும் தரித்தவன். எனது உடம்பில் செயல்படும் காலம், என் வாழ்க்கையை இரண்டாகப் பிளந்து நீரிலும் நிலத்திலும் நிலைக்கச் செய்கிறது. உடம்பின் முன்பக்கத்தை மட்டுமே அழகு

செய்கிறோம், பின்பக்கத்தைப் பொருட்படுத்துவதில்லை; இது காலத்திற்கும் பொருந்தும்.

என் தந்தை கடலிலிருந்து கண்டெடுக்கப்பட்டவர்; இந்தக் கடலிலேயே தொலைந்துபோனவர். தேடிப்பார்த்தோம், காணக் கிடைக்கவில்லை, கைவிட்டுவிட்டோம். கடலில் தோன்றி கடலிலேயே மறைந்துவிட்டார். அவருடைய மிச்சமாய் நான் மட்டுமே மீந்துநிற்கிறேன். ஒரு நாள் நானும் என்னைக் கடல் மீன்களுக்கு இரையாக்கிக்கொள்வேன். ஒரு மீனவனுக்கு இதைவிட கவித்துவமான முடிவு வேறு எப்படி அமையும்? கரைக்கு வந்து மூடியைத் திறந்து உள்ளிருந்து குழவியைத் தூக்கியவுடன், நிணநீரோடு சரிந்திருந்தப் பானையைத் திரண்ட அலையெழுந்து மீண்டும் கடலுக்குள் இழுத்துச் சென்றுவிட்டது. சுட்டுக் கருத்த அந்தப் பானையின் நிறத்தில் அப்பா இருந்தார். என்னுடம்பின் மைக்கருப்பு அவரது வழியில் வந்ததுதான். அம்மா, அப்பாவுக்கு நேரெதிர். சிவப்பி என்றே ஊரார் அம்மாவை அழைத்தனர். சிவந்த மீனவப் பெண்களிடம் அம்மாவின் சாயலைக் காண்கிறேன். அப்பா, அம்மா என்ற உறவுகள் என் உடம்போடு ஒட்டவேயில்லை. மீனுடம்பில் நீரின் உப்பு ஒட்டுவதில்லை. நிலத்தைவிட நீரில் இயல்பாக இருக்கிறேன். கடலையே எனது தேசிய அடையாளமாகக் கொள்கிறேன். இந்தத் தீபகற்பத்தின் கிழக்குக் கடலைச் சார்ந்தவன் என்றே வெளியில் சொல்லித் திரிகிறேன். நான் தனித்திருக்கிறேன்; கடலின் தனிமையை நிலம் உணர்வதில்லை. ரேமா, நான் கடல், நீ கடல் பயணி.

பிறந்து நினைவுத்தெரிந்து இதுநாள்வரை ஒரு நாள்கூட மகிழ்ச்சியோடு வாழ்ந்ததில்லை. தமிழ் நிலத்திற்கும் கூட்டுச் சமூகக் கொண்டாட்டத்திற்கும் யாதொரு தொடர்புமில்லை. இத்துணைக் கண்டத்தின் சமூகவரலாறு, இந்நிலம் மனிதர் வாழத் தகுதியற்றது என்றே சுட்டுகிறது. கொலையியலை இறையியலாகக்கொண்ட மதவமைப்பில் ஒரு சமூகத் தன்னிலை எப்படி மகிழ்ச்சியோடு ஒவ்வொரு நாளையும் தொடங்கும்? அருகன்மேட்டுப் பானையோடுகளை மணலிலிருந்துச் சலித்தெடுத்துத் திரட்டி, அதில் கீறப்பட்ட எழுத்துக்களைப் பொருள்படக் கோர்த்து எனது வரலாற்றின் வாக்கியங்களை வாழ்ந்துபார்க்கிறேன். மனிதமூளையின் அறிவு விழிப்பென்பது மிக இயல்பாக நிகழும் சமூகக் கூட்டு நிகழ்வு; அதைத் தடைச்செய்வதும் மடைமாற்றிவிடுவதும் இயற்கைக்கு எதிரானது. ஆம், கொலைச்செய்யும் கடவுளை மனிதர் தம் மலத்தைப்போல ஒதுக்கவேண்டும். முழுமையானச் சமூக

மனிதரை உருவாக்க அறிவியல் முன்வைக்கும் காலை, மதம் பின்னுக்கு இழுக்கிறது. எனது மரணபயத்தில் கடவுளை முன்வைத்து சமூக அதிகாரம் உயிர்வாழ்கிறது. கடலில் எனக்கு இவ்வகையான நிலம்சார் அரசியல் நெருக்கடி இல்லை. உண்மையில் கடலுணவில் அரசியல் இல்லை; இது சங்ககாலத்திற்கும் முந்தையக் கடலின் அரசியல் என்பதை நினைவில் நிறுத்து ரேமா.

வீராம்பட்டினம் செங்கழுநீர் அம்மனை நீ அறிவாய்; அவளும் உன்னை அறிவாள். சிலமுறை யாரும் உடனில்லாதபோது அவளுடன் பேசியிருக்கிறாய். நீ மட்டுமில்லை, இந்த மீனவக்குடிகளின் பெண்கள் எல்லோருடனும் அம்மனுக்குப் பழக்கமுண்டு. ஊர்க்குடிகளின் எல்லாக் கதைகளையும் அறிவாள். ஒருத்தியின் கணவனுக்கே தெரியாத அவளைப் பற்றிய கதைகளைச் செங்கழுநீராள் அறிவாள். கருவறையிலிருந்து கிழக்குக் கடலைப் பார்த்தபடி வீற்றிருக்கும் அவளுக்கும் கடலுக்கும் இடையே எந்தவொன்றும் குறுக்கிட்டுப் பார்வையை மறைப்பதில்லை. காக்கைக்கூட குறுக்காகப் பறக்காது. எனது கட்டுமரம் கடலில் ஏகும்போது, கரையிலிருந்து ஆழ்கடல்வரை அவளது பார்வை கூடவே வரும். இந்த அம்மனின் முகச்சாடையில்தான் என்னைப் பெற்றவளும் இருப்பாள். இவள் எங்கள் குடிக்கு வெளியிலிருந்து வந்தவள் இல்லை; இக்குடியிலேயே தோன்றி உடனுறையும் இறைவி. எங்கள் வாழ்விலும் சாவிலும் இரண்டறக் கலந்தவள். இப்பொழுதெல்லாம் உன்னுடன் பேசிக்கொண்டிருப்பதைப்போல அப்பொழுதெல்லாம் நடுக்கடலில் நடுயிரவில் அம்மனுடன் பேசிக்கொண்டிருப்பேன். தன்னுடனான ஓயாதப் பேச்சினூடாகவே தன்னுடைய குலச்சாமியைத் தன்னால் காணமுடியும் என்ற பழம்வாக்கு, குடிகளின் பேச்சில் வெளிப்படுவதுண்டு. எங்களுடைய குலச்சாமி எளிமையானது; அதற்குக் கலை, இலக்கியம், மெய்யியல், அண்டவியல், அணுயியற்பியல் எதுவும் தெரியாது. அது, என்னைப் போலவே இயல்பானது; தனித்தனியான, வடித்தச் சோறும் மீன்குழம்பும் ஒன்றுசேர்ந்து சுவைப்பதைப்போல ஆணும் பெண்ணும் கலந்து குடிவளர்ப்பதின் உயிரியல் தொழில்நுட்பம் மட்டுமே அறிந்தது. இத்துணைக்கண்டத்தின் பெருமத அரசியலுக்கு அப்பாற்பட்டது. பொதுவில், என் சாமி யாரையும் கொலைச்செய்யாது. குடிக்கடவுள் என்பது குழந்தைகளின் கைமாறிக் கைமாறி தலைமுறை தலைமுறையாகப் பற்றித் தொடரும் ஒரு மரபுப்பாச்சி.

ரேமா, நீ கடல் தாண்டிப் போனதிலிருந்து உடம்பும் உள்ளமும் உறங்கவில்லை. இமை மூடித் திறப்பதுபோல இரவும் பகலும்

துளிப்பொழுதில் வந்துபோகின்றன. என்னிடம் செலவுசெய்ய காலத்தைத் தவிர வேறில்லை. இரவை உறங்கிக் கடப்பதும் பகலை விழித்துக் கடப்பதும் மனித மெய்யியல்பு. இரவுக்கும் பகலுக்கும் உறக்கத்திற்கும் விழிப்பிற்கும் நடுவில் வகுந்தப் பிளவை, நான் அகம் புறமாகத் தாண்டிக்கொண்டிருக்கிறேன்; கூடவே, கரைக்கும் கடலுக்குமாக நீருக்கும் நிலத்திற்குமாக எனது இருப்பை நிலைப்படுத்திக்கொள்கிறேன். இதுவே என்னுடம்பின் இயக்கமாக இருக்கிறது. நாம், ஒருவரையொருவர் தழுவிக்கொள்ளும்போது நமது உடம்புகளைப் பால் மாற்றி அணிந்துகொள்கிறோம் என்றே நினைத்தேன். உடம்பை ஒரு கலைப்பொருளாக, அதன் இயல்பை மாற்றும் வினையில் பால் மாறாட்டம் என்பதும் ஆள் மாறாட்டம் என்பதும் ஒருவகை கண்ணாம்மூச்சி விளையாட்டைப் போன்றது தானே? பிளவுபடாத ஒரு கணத்தில் நான் இரண்டாகப் பிளந்து நிலைப்பதின் வழியில் தனித்துப்போவதைத் தவிர்க்கிறேன். ஒருவரின் நூறாண்டு வாழ்வில் வகைவகையாய் வாழ்ந்துபார்க்க முடியும்; இறுதியில் நேரும் துளிப்பொழுதே மரணத்தை வகைமை செய்ய முடியாது. ஒவ்வொரு பொழுதும் ஒவ்வொரு வாழ்க்கை; ஒரே பொழுது ஒரே மரணம். ஒரு கண கால அளவே கொண்ட மரணத்தை, அக்கால அளவுக்கு மிகாமல் வகைவகையாகச் செத்துப்பார்க்கவேண்டும் ரேமா.

இந்த அருகன்மேடு ஒருகாலத்தில் உலகநாடுகளின் நாவாய்களெல்லாம் வந்துபோகும் துறைமுகப்பட்டினமாக இருந்தது. அக்காலத்திலும் நான் வாழ்ந்தேன்; அதே வாழ்க்கையை இன்றும் அதே நிலப்பகுதியில் வாழ்ந்துவருகிறேன். என் உடம்பு இயங்கும் வரலாற்றுக் காலமும் அதன் சுற்றுச்சூழலின் பின்புலமும் மட்டுமே வேறுவேறாக இருக்கின்றன. என் உடம்பு, அது வாழும் சமூகப் பின்னணியில் கதையுயிரியாகவும் காலப்பின்னணியில் வரலாற்று உயிரியாகவும் பரிணமிக்கிறது. நான் உடம்பால் உருத்தோன்றி உடம்பால் உருவழியும் ஓர் இயலிருப்பு; இழப்பதற்கு என்னிடம் உடம்பைத் தவிர வேறேதுமில்லை. என்னுடம்பு ஒரு வரலாற்றுப் பனுவல்; அதைக் கலைத்து வேறுவேறாகக் கோர்ப்பதற்கும் இடம்மாற்றி அடுக்குவதற்கும் பொருளுரைப்பதற்கும் எனக்குத் தடையற்ற உரிமை உண்டு.

கடவுள் என்ற மாபெரும் புனைவை உடன் இருப்பாக வைத்துக்கொண்டு சமூக எதார்த்தம் பற்றி வரலாற்றில் ஆய்வது முரண்நகை. என்னைப் புனைவு உயிரி என்று சொன்னாய். ஆம், புனைவுக்குள் பாதுகாப்பாக இருக்கிறேன்; அதிலிருந்து வெளியில்

வந்தால் என்பிலதனை வெயில் காய்வதைப்போல என்னை உணர்கிறேன். ரேமா, முடிவற்ற பயணத்தின் வழி உன்னைச் சுற்றி புனைவைக் கட்டமைக்கிறாய். ஓரிடத்தில் நின்று நிதானமாக உன்னைச் சுற்றிலும் நோக்கினால், அசையும் பொருள்களின் இயக்கம் யாவும் பொருளற்றவை என்பதை அறிவாய். கடவுளால் தன்னையோர் அதிகாரபீடமாகக் கட்டமைத்துக்கொள்பவர் இயல்பில் புனைவுக்கு எதிராக இயங்குபவரே. எதார்த்தவாதிகளே கடவுளுக்கு எதிரானவர்கள். மத அதிகாரமே ஆகப்பெரிய நாத்திகம். மதத்திலிருந்து விலகுபவரே புனைவில் முழுமைகண்டு கடவுளைத் தொடுகிறார்.

தீர்க்கதரிசிகளும் ஆன்மிக வழிகாட்டிகளும் தனியாக ஓர் இரவிலோ பகலிலோ படகில் நடுக்கடலில் மிதந்தால், தாம் எவ்வளவு பெரிய மோசடிப்பேர்வழிகள் என்பதை அறிவர். நிலத்தில் பாதுகாப்பாக இருந்துகொண்டு துறவுநிலை பற்றிப் பேசுவது சிரிப்பிற்கிடமானது. தன்னைத் துறந்தவர் காட்டுக்குள் இல்லை, கடலுக்குள்தான் செல்லவேண்டும். கணிதவியலின் தர்க்கத்தில் பஞ்சபூதகங்களின் சமன்குலையாத நிலைப்பாட்டில் தங்களை இருத்திக்கொண்டு ஆன்மிகம் பேசுவது அறிவுமோசடியாகும். புவிக்கோளகையின் கண்டங்கள் யாவும் கொஞ்சம் கொஞ்சமாக மூழ்கி முழுமுற்றாய் நீர்ப்பந்தாகத் திரண்டால் இவர்களின் அடுத்த நகர்வு என்னவாக இருக்கும்? துறவுக்கு உடனிருக்கக் கடவுள் எதற்கு? ரேமா, நமக்கிடையிலான உடம்புறவில் உன்னிடம் என்னை முற்றாக இழந்து நிற்கும்போது, சிந்தையறுந்து என்னை வெற்றாய் உணரும் கணங்களில் மிச்சமில்லாமல் அற்றுப்போகிறேன். நம்மில் ஒருவர் மற்றொருவரிடம் முற்றாய்ச் சரண்புகுவதே துறவுநிலையின் உச்சம்; இத்திளைப்பை ஆழ்கடலில் தனித்திருக்கும்போது அடைகிறேன். சக இருப்பின் மீதான விழைவு, உடனே வேண்டும் என்ற நெருக்கடிக்கு ஆளாகி நிற்பதால் உண்டாகும் ஏக்கம், தான் வெளியேறிய வெற்றிடத்தில் பிரிதொன்றை இட்டுநிரப்பும் அவசரம் என எல்லாம் ஒரு புள்ளியில் தரித்த கால-வெளியே துறவு. பேராசையின் எல்லையின்மையை எட்டித்தொடும் எத்தனிப்பு. உலக மதங்கள் எல்லாம் துறவைச் சொல்லும்; ஆனால், அவற்றில் எந்தவொன்றிலும் துறந்து நின்ற ஒருவரையும் இதுநாள்வரை கண்டதில்லை. எல்லாம் பாவனை. எல்லாம் புனைவு. இன்பம் என்பது வலியில்லாமலிருப்பது; அதுவே எதார்த்தம் எனப்படும் இயல்புநிலை.

நேற்று நடுயிரவில் வீட்டைவிட்டு கடற்கரைக்கு வந்தேன். எட்டிய

தூரத்தில் கலங்கரை விளக்குச் சுழன்றுகொண்டிருந்தது. இருண்ட கடலில் ஆங்காங்கே படகுகளில் விளக்குகள் மின்னிக்கொண்டிருந்தன. அலைகள் அசைந்தாலும் காற்று அசையாதப் புழுக்கம். கடலின் உப்புக் கசகசத்தப் பெருமூச்சு. முதுகில் ஒட்டிக்கொண்ட மேற்சட்டை; அதை அவிழ்த்து இடுப்பில் சுற்றிக்கொண்டேன். காலாற நடந்தேன். வானத்தில் தேய்ந்த நிலா. எட்டடி வைத்துத் தடுக்கிவிழும் குழந்தையைப்போல குறு அலைகள் எனது கால்களில் மோதிக் கவிழ்கின்றன. வாசிக்கமுடியாத நீர்வரி வாக்கியங்கள். பார்க்க அலுக்காத கடல் என்ற பேரிருப்பு, வயிறு பெருத்த நிறைமாதத் தாய்விலங்கைப்போல கிழக்கில் வழியை மறித்துப் படுத்திருக்கிறது. இக்கரையில் வைத்துத்தான் என் அம்மாவைப் பிதுக்கி வெளித்தள்ளிவிட்டு அம்மாவின் அம்மா செத்தாள். எந்தவொரு சாவும் கடலுக்குத் தெரியாமல் நிலத்தில் நிகழ்வதில்லை; அதுபோலவே பிறப்பும். அம்மாவின் பிறப்பும் அவள் அம்மாவின் இறப்பும் ஒரே பொழுதில் ஒற்றை அலைத்துடிப்பில் நிகழ்ந்ததுதானே. ஓயாத இக்கடலின் பேச்சு, எட்டி நிற்கும் செங்கழுநீராளுக்கு மட்டுமே விளங்கும். எல்லா அழகுகளையும் தனக்குள் கொண்ட கடலின் அலைக்கரையில் பிணம் ஒதுங்குவதைப்போன்ற அவலக் காட்சி புவிமிசை வேறில்லை. கடலில் செத்தவர் அலைகளின் ஆர்ப்பரிப்பால் தனக்குரிய நிலத்திலிருந்து இடம்பெயர்ந்து அனாதையாக்கப்படுகிறார். உரிமைக்கோர யாருமற்று கைவிடப்பட்ட உடல், ஊர் எல்லையிலுள்ள இடுகாட்டில் நகரத் துப்புரவு ஊழியர்களால் புதைக்கப்படும். தனக்கு வேண்டப்படும் உடல்களைக் கடல் தனக்குள் இழுத்துக்கொள்ளும்; கரைக்குத் தள்ளாது. இதை எப்படிப் புரிந்துகொள்வது எனத் தெரியவில்லை. இயற்கையின் இயங்கியல் மனித அறிவின் வரையறைக்குள் அடங்குவதில்லை.

நடை ஓய்ந்தபோது கரையில் காய்ந்த மணல் மேட்டின் சரிவில் அமர்ந்தேன். தொடைகளுக்குக் கீழே மணல் சரிந்து என்னைச் சறுக்கியபடி இருந்தது. நகர்ந்து, சிறு பள்ளத்தில் என்னைத் தரித்துக்கொண்டேன். நீரில் வலை விரிப்பெனப் படரும் கலங்கரையொளி மணலில் விழுந்து ஆங்கங்கே பானையோடுகள் ஒளிர்ந்தன. அந்த ஓடுகளில், எழுதப்பட்ட பழங்கதைகளிலிருந்து உதிர்ந்த எழுத்துகள் கீறப்பட்டிருக்கலாம். யார் கண்டார்; என்னைப் பற்றிய கதையும் சிதைந்து மணலில் ஆங்காங்கே நொறுங்கிக் கிடக்கலாம். எனக்கு உறுதியாகத் தெரியும்; இன்று இப்படி இருக்கும் நான் அன்று இப்படி இருக்கவில்லை. எனக்கு ஒரு

30 அருகன்மேடு

யவனக் காதலி இருந்தாள். அவள் பெயர் ரேமா. யவனக் குடியிருப்பிலிருந்து என்னைச் சந்திக்க, கரையோரமாக நடந்து ஆற்றுக் கழிமுகத்தைக் கடந்து பரதவச்சேரிக்கு வருவாள். சாக்கையன் தோப்பின் ஒரு மரத்து அந்திக் கள்ளை அவளுக்காக மொந்தையில் வைத்திருப்பேன். வறுத்தெடுத்து கருமிளகு சேர்த்து அம்மியில் அறைத்த செந்நாக்குண்ணிப் பொடியைத் தொட்டுக்கொண்டு அவள் கள் குடிக்கும் அழகே அழகு. குடிக்கும்போது மார்பில் கள் வழிந்து, அவளது உடம்பின் வாசனையுடன் கலந்து மணக்கும். கள்ளின் மணமே கலவியின் மணம், ரேமா.

3

ரேமா அன்றொரு நாள் சொன்னாள், "வள்ளா, நிலத்தின் வழியே புதியப் புதிய இனங்களைத் தேடி அவர்களின் வாழ்க்கைமுறைகளைத் தொகுக்க நாடு தாண்டி அரசின் எல்லைத் தாண்டி ஊர் சுற்றும் ஆய்வறிஞர்களையும் கலைஞர்களையும் குறிக்கோளில்லாத வெற்றுப் பயணிகளையும் பார்த்திருப்பாய்; அதுபோல கடல்வழியே சுற்றும் வெற்றுப் பயணி நான். ஒரு நிலப்பகுதியில் எல்லைகளை வரையறுத்து தம்மைத் தரித்துக்கொள்ளும் இனக்குழு நாளடைவில் ஓர் அதிகார அமைப்பாய்ப் பரிணமிக்கும். சமூகம் என்ற அரசியல் கட்டமைப்பாய் உருத்திரியும். பிற இனங்களின் இருப்பைத் தமக்கு அச்சுறுத்தலாகக் கருதி அதை மேலாதிக்கம் செய்யத் தலைப்படும். நாடோடிச் சமூகத்தில் இப்படியான அறப்பிசகு ஏற்படாது. தமக்குச் சொந்தமாக ஒரு நிலப்பகுதியை வரையறுத்து அதில் தம்மை அடைத்துக்கொள்ளாத அலைகுடிகளே கட்டற்ற விடுதலை இன்பத்தை எய்தும். நிலத்தின் வழி அலைவதில் நான் ஏதேனுமொன்றில் அடைப்படும் விபத்து நேரலாம், அதனால்தான் நீர்வழியைத் தேர்ந்தெடுக்கிறேன். நீரோட்டத்தில் மிதந்துகொண்டேயிருக்கிறேன். துறைமுகப் பட்டினங்களில் தங்கி இளைப்பாறுகிறேன். இதுவொரு புதிய வாழ்முறை. ஒரே இடத்தில் நூறாண்டுகள் நிலைத்து வாழ்வதில் காணும் முழுமையைவிட பத்தாண்டுகள் அலைந்துத் திரியும் வாழ்வில் காணும் முழுமை அளப்பரியது. வள்ளா, அடைப்பட்ட உள்ளமும் உடம்பும் பிறவற்றை மேலாதிக்கம் செய்யும் இச்சையைக் கொண்டுவிடும். நிலம், கடல், விசும்பு இம்மூன்று வேறுபட்ட வெளிகளிலும் வாழும் உயிரினங்கள் வெவ்வேறு இயல் அறிவைக் கொண்டவை. குரங்கு, மீன், பறவை இவற்றிற்கிடையிலான ஆதிக்கவுணர்வை ஒப்பிட்டால் அதன் விழுக்காடு ஒன்றையொன்று வேறுபடும். வானைவிட கடலைவிட நிலத்தில் குவியும் ஆதிக்கமே முதன்மையானது. புவிக்கோள் தோன்றியது முதலாய் மனிதவுயிரி

இங்கு வாழவில்லை; இடையில் வந்த மனிதரை பிறவுயிரினங்கள் பொருட்படுத்துவதில்லை."

ஆம், ரேமாவுக்கு ஏழுலகங்களிலும் நண்பர்கள் இருக்கிறார்கள். வகைவகையான தோற்றம்கொண்ட, நிறம்கொண்ட, மொழிகளையும் பண்பாடுகளையும் வேறுபட்ட கடவுளரையும் கதைகளையும் மரம் செடி கொடிகளையும் அவை தரும் உணவுகளையும் அறிவாள். முத்த வகைகளும் புணர்ச்சி நிலைகளும் மண்ணிலிருந்தும் உடம்புகளிலிருந்தும் வேறுபடும் வாசனைகளும் என எல்லாம் வேறுவேறாய்ப் பல்கிப்பெருகும் உலகின் மூலைமுடுக்கெல்லாம் அவளுக்குள் பட்டறிவாகச் சேகரமாகியுள்ளன. மண்ணிலுள்ள அனைத்தையும் தொட்டு முகர்ந்துத் தனதாக்கிக்கொள்கிறாள். ஒற்றை உடம்பில் பல்வேறு வாழ்க்கைகளை வாழ்ந்துபார்க்கிறாள். அடைபடும் அறிவும் உடம்பும் வன்கருவிகளாகும். ஒன்றாய் நிற்கும் ஒருவர் வன்முறையாளராகிறார். ரேமா, தன்னளவில் கூட்டமாக நிற்கிறாள். பூமியைவிட உருவம் பெருத்து நிறைந்து அதன் விளிம்பில் வழிகிறாள். கதிரொளியாய் எங்கும் நிறைந்தவளை எனக்கான விளக்கொளியாகக் கைக்கொள்ள விழைந்தது பேரபத்தம்.

"யாரொருவரின் அடியொற்றி பின்தொடராத பயணம் கடல்வழியில் மட்டுமே இயலும். உன்னை ஒருவர் பின்தொடர இசைந்தால் நீ சுற்றி நிற்பவரால் முதன்மைப்படுத்தப்பட்டு அதிகாரத்தின் முனையமாவாய். தனித்திருப்பதில் வெறுமையை உணர்கிறேன். வெற்றாய் நிற்கும் என்னுள் என்னை மட்டுமே நிரப்பிக்கொள்கிறேன். என்னைத் தவிர எனக்கு யாருமின்றி நிற்பதும் என்னைத் தவிர எனக்கு ஏதுமின்றி இருப்பதும் என்னை முழுமையாய் உணரச்செய்யும். நான் உன்னைப் பிரிவது என்பது என்னுடம்பு உன்னைவிட்டுப் பிரிந்து வெறும் நினைவாக மட்டுமே உனக்குள் மீந்து நிற்பது. என்னை நீ புணர்ந்த பிறகு உன்னுடம்பு இருக்கும்வரை உனது நினைவில் நான் இருப்பேன். உடனிருப்பு என்பது காலத்தில் ஒருகட்டத்தில் சலித்துவிடும். அப்போது என்னிருப்பு உனக்கு இடையூறாக இருக்கும். அன்பு, காதல், காமம் இவையெல்லாம் காலாவதியாகிவிடும். சாகும்வரை உன்னுடன் இருப்பது நீ மட்டும்தான். வள்ளா, சமூகத்தின் ஓர் உறுப்பாக இருந்தாலும் நீ இறக்கும்வரை தனியன்தான். நான் இருந்தாலும் இல்லாவிட்டாலும் என்னுடன்தான் பேசிக்கொண்டிருப்பாய். இல்லாத கடவுளே மொழிவழியாக உன்னுடன் இருக்கும்போது, சிலகாலம் உன்னுடன் இருந்து வாழ்ந்து விலகும் நான் உன்னுள் மொழி இயங்கும்வரை இருப்பேன். மொழியுயிரிகள் தனித்திருப்பதில்லை. போகிறேன்;

இனிமேல், நிலத்தில் செங்கழுநீராளோடும் கடலில் என்னோடும் பேசிக்கொண்டிருப்பாய். காலத்தில் சந்திப்போம்."

எனக்குத் தெரிந்ததையே என்னிடம் பேசிவிட்டுப் பிரிந்தாள்.

தொழிலுக்குச் செல்லாத நாட்களில் கடலைப் பார்த்தபடி மணிக்கணக்காகக் கரையில் அமர்ந்திருப்பது எனக்கு விருப்பமானப் பொழுதுபோக்கு. குடிச்சொந்தங்கள் என்னைக் கிண்டலடித்துச் செல்வர். கடலுடன் வாழப்பிறந்தவன் எட்டிநின்று கடலை ஒரு வேற்றாள்போலப் பார்த்துக் களிப்பது விந்தையானச் செயல். ஊருடன் ஒட்டாமலிருப்பதும் பொது நிகழ்வுகளிலிருந்து விலகியிருப்பதும் எனது இயல்பு. நான் இப்படி இருப்பதைப் பார்த்துப் பார்த்து எல்லோருக்கும் பழகிவிட்டது. மண்ணுடன் இரண்டறக் கலக்கும் நீர், மணலுடன் கலப்பதில்லை. ஒட்டி உறவாடினாலும் ஆற்று மணலும் கடல் மணலும் நீருடன் கலந்து சேறாவதில்லை; அதுபோலத்தான் ஊருடனிருக்கிறேன். ஊருக்கு நானோ எனக்கு ஊரோ இதுநாள்வரை சுமையாக இருந்ததில்லை. நெருப்பில் எரிந்தப் பிணம் நீறாகி நிற்பதுபோல் இதுவரை ஒருவரிடமும் உறவாடி மீந்ததில்லை. அப்பாவும் அம்மாவும் மறைந்த பிறகு எனக்கு உறவென்று சொல்லிக்கொள்ள செங்கழுநீராளைத் தவிர பிரிதொருவர் இல்லை. இயல்பாகவே மீனவக்குடி பிற சமூகக் குடிகளிடமிருந்து ஒதுங்கியே நிற்கும். கரையில் ஒதுங்கியக் குடிகளிடமிருந்து ஒதுங்கி விரிநீரில் அலைபவன் நான். சொந்தம் என்று சொல்ல கடவுளையும் கடலையும் தவிர வேறில்லை.

இதுவரை வாழ்ந்ததைத் திரும்பிப் பார்க்கும்போது ஒரு கதையாகத் திருப்பிச் சொல்லும் தகுதியற்றதாகத்தான் அதன் செயல்பாடுகள் இருக்கின்றன. சேகரித்து மொழிக்குள் பத்திரப்படுத்தும் பெருமானம் கொண்டதாக எதுவுமில்லை. மிதந்துத் திரியும் உறவுகள் வந்துக் கடந்துபோகும். எனக்குள் உதிரிச் சொற்களாக மட்டுமே தேங்கிய சில மனிதர்களை வாக்கியங்களாக வரிசைப்படுத்தி நினைவில் நிறுத்த இயலவில்லை. நாளைக்கு வேண்டும் என மிச்சப்படுத்த இன்று எதுவுமில்லை; உள்ளீடு ஏதுமின்றி வெறுமையால் திணிந்த காலம். இமைகளை மூடினால் கடல் என்னும் பேரிருப்பு இல்லாமல்போகிறது. அழுது முடித்தால் கடவுள் கரைந்துக் காணாமல்போகிறது. திடப்பொருள் ஒன்றை என் வாழ்வில் இதுவரை தொட்டுணர்ந்ததில்லை.

ரேமா என்றொரு துறவி வந்தாள், சில மாதங்கள் தொட்டுப்

பழகினாள், தொட்ட இடத்தைத் துடைத்துவிட்டுச் சென்றுவிட்டாள். காலம் அவள் உடம்பில் ஒட்டாது; அதனால், ஒரு திடப்பொருளாகத் தன்னை ஒன்றில் தரிக்க இயலாது. இது ஒரு கொடுப்பினை. ரேமாவைப் போல ஒரு கதைகூறலுக்குள் அடக்கமுடியாத வாழ்க்கையை வாழ்ந்துப் பார்க்கவேண்டும் என்ற ஆவல் எனக்குள் துளிர்விடுகிறது; என்னால் இயலுமா எனத் தெரியவில்லை. என்னால் யாரையும் விலகிச்செல்ல முடியவில்லை; ஊர், கோயில், குளம், சவுக்குத் தோப்பு, கடல் இவற்றைக் கடந்து என்னால் சிந்திக்க முடியவில்லை. கடல் உட்பட இந்த பூமிக்குள் எல்லாம் அடைப்பட்டேயிருக்கின்றன. அடைப்பட்ட உடம்பும் உள்ளமும் கொள்ளும் பாவனைதான் துறவு. ரேமாவுக்கு இயலும் இந்த பாவனை எனக்கு இயலவில்லை.

இந்தக் கரையிலிருந்து எட்டிய தூரத்தில் எனது குடில் இருக்கிறது. வெளியிலிருந்து சாளரத்தைத் திறந்து உள்ளே எட்டிப்பார்த்தால், பரந்த கட்டிலின் மேலமர்ந்து மடிக்கணினியில் இதை எழுதிக்கொண்டிருக்கும் நான் சோர்வாகத் தென்படுகிறேன். இந்தச் சோர்வே என்னுடம்பு தனக்கு வகுத்துக்கொண்ட இலக்கணமாக இருக்கிறது. என் உடம்பை விட்டு வெளியே தாண்டிச்சென்ற பொழுதுகள் மிகச் சிலதே. ரேமாவுடன் இணையும்போது சொந்த உடம்பை வெற்றாய்க் கிடத்திவிட்டு அவளுடம்புக்குள் கூடுமாறுகிறேன். அவளுக்குள் என்னுடம்பு நெருக்கியடித்துக் கொண்டிருப்பதில் உண்டாகும் திளைப்பு ஒருபோதும் என் சொந்தவுடம்பில் நானிருக்கும்போது நிகழ்ந்ததில்லை. பன்மையாக வைத்துக்கொள்ளும் மாயம் கலவிப்பொழுதுகளில் நிகழ்கிறது. உணவு, உறக்கம், கலவி இவற்றைத் தாண்டி வேறென்ன தேவை இந்த உடம்புக்கு?

கடலாலான என்னுடம்பு இறுதியில் கடலுடன் ஐக்கியமாவதில்தான் என் வாழ்வு நிறைவடையும். என் உடம்புக்கு வெளியில் நின்று கடலைப் பார்ப்பதைப்போல என்னைப் பார்க்கிறேன். நான் எதிர்கொள்ளும் ஒவ்வொருவரிடமும் பால் பேதமின்றி என்னையே தேடுகிறேன். புலன்களை ஒடுக்கி ஒன்றில் அடைப்பட்ட ஒருவர் சிந்திப்பதின் வழி வெளியேறுகிறார். சிந்தனை அவரை விடுதலைச் செய்கிறது. சிந்தனையே ஒருவரைத் தனக்கான விடுதலையை இச்சிக்கச் செய்கிறது. சமூக உடம்பு திட்டமிடப்பட்ட ஒன்றில் அடைப்பட்டுவிடுகிறது. அடைப்படும் ஒன்றே வன்முறையின் ஊற்றுக்கண். குடும்பம், சமூகம், அரசு, மதம் என்ற ஏதேனும் ஒன்றில் அடைப்படுவதே நமது உடம்பை வன்முறைக் கருவியாக

மாற்றுகிறது. ஆக, சொந்த உடம்பிலிருந்து வெளியேறுவதே விடுதலையின் முதல் படி. ரேமா தன் உடம்பைத் துறந்தவள். அந்த உடம்பில் என்னிருப்பைத் திணித்துக்கொண்டு அவளைச் சமூக வயப்படுத்த முனைந்தேன்; இது வன்முறையின் அபத்தம். தமிழறிவின் உச்சத்தில் நிற்கும் மணிமேகலை போன்ற ஓர் உயரிய உயிரியாய் அவளை மதிப்பிடுகின்றேன்.

ரேமா ஒருபோதும் வெறும் உடம்பாக மட்டுமே இருந்ததில்லை; அவளொரு சிந்தனைப் பள்ளி. தொகுக்கப்பட்ட தனது உடம்பை ஒரு புனைவுப் பனுவலாகவன்றி மெய்யியல் பனுவலாகவே என் முன்னே விரித்து வைத்தாள். அதன் பக்கங்கள் முடிவற்ற தேடல்களாலானவை. மொழியில் வெளிப்படும் செவ்வியல் தன்மை அதை எழுதிய மூளையின் பண்பட்ட கட்டமைப்பை வெளிப்படுத்துகிறது. என்னால் தன்னை நினைவுக்கூறப்படும் ஒரு கதையாகவன்றி, சிந்தனைத் தொகுப்பாக வாசித்துப் பொருள்கொண்டு ஒரு தொல்லறிவாகக் கட்டமைத்துக்கொள்ளும் வழிசெய்தாள்.

“கண்ணெதிரில் நெளியும் இக்கடல் ஏராளமான அதிசயங்களாலும் மறைத்தன்மையாலும் நிரம்பியது. ஆயிரமாயிரம் மாந்தர்கள் இந்நீரிருப்பைக் காலங்காலமாகக் கடந்துகொண்டிருக்கிறார்கள். கடலோடிகளாலேயே இந்நிலம் தொகுக்கப்பட்டு அதன் வரலாறு கட்டமைக்கப்பட்டது. பொதுவில், நிலம், நீர், காற்று, தீ, விசும்பு என்னும் ஐந்தை யாரொருவராலும் சொந்தம்கொள்ள முடியாது. உயிருள்ளதில் எதுவும் நிலையானது இல்லை. உயிருள்ள ஒன்று ஒவ்வொரு கணமும் அழிந்து ஆவதே இயற்கையின் இயங்கியல். மண்ணுயிர் எதுவும் அற்றுப்போவதில்லை; இயற்கை பேரழிவிலிருந்துத் தப்பி உயிர்த்தரிக்கும் ஒன்றிலிருந்து அதன் உயிர்ச் சமூகம் மீண்டும் பற்றிப் படர்ந்து உயிர்த்தெழும். மானுடம் அழிவதில்லை. அழிந்துப் புதைந்த மேட்டிலிருந்து இந்த அருகன் நிலம் புரண்டுச் சமைய, காலப் பொருண்மை மீண்டும் உயிர்த்தெழுகிறது. மனிதக் காலத்தை வரையறுக்கும் வரலாற்றுக்கு வெளியே உனக்கும் எனக்கும் இருப்பு என்பது இல்லை. வள்ளா, மரணமில்லா பெருவாழ்வு என்பது மனித வரலாற்றில் ஏதோவொரு புள்ளியில் உன்னை நிலை நிறுத்துவதைத் தவிர வேறில்லை.”

நங்கூரமிட்டு அலையாடும் ஆளில்லாப் படகை வெறித்தபடி ஒரு முழு மதிய மாலையில் ரேமா சொன்னாள். இன்று, அதே மதியம், ஆனால் என்னுடன் மொழிக்குள் மட்டுமே மீந்து நிற்கிறாள்.

காற்றின் விரல்கள் ஏடுபுரட்டும் கடல் புத்தகத்தில் எழுதப்பட்டுள்ள

கதையைத்தான் வாழ்ந்துப் பார்க்கிறேன். ஒரே ஆண்டில் ஒரே மாதத்தில் ஒரே நாளில் ஒரே பொழுதில் நானும் ரேமாவும் பிறந்திருக்கிறோம்; நிலம் மட்டுமே வேறுவேறு. உடம்பில் மட்டுமே பால் வேறுபாடு இருக்கிறதே தவிர உள்ளத்தில் இல்லை. ஆண், பெண் என்னும் பால் வேற்றுமை உடம்பால் விளைந்தாலும் உள்ளத்தால் ஒன்றியே இருந்தோம். ஆறறிவு மனிதரைப் பாலுறுப்பால் ஆண், பெண் என்று வரையறுப்பதில் எனக்கு உடன்பாடு இல்லை. ஆண்குறியை ஓர் அதிகார மையமாக அடையாளப்படுத்துவது, அறியாமையில் விளையும் மூடநம்பிக்கையாகும். இனப்பெருக்கத்தின் துணைக் கருவியான ஆண்குறியின் உயிரியல் பங்களிப்பு மிகச் சொற்பமே. சமூக விளைவான ஆணாதிக்கத்தை உயிரியல் உடம்பியல் விளைவாக ஒருவகை இயற்கைக் கட்டுமானமாக நம்பும் போக்கு உலகச் சமூகங்கள் அனைத்திலும் உண்டு. அன்றையப் பொழுதில் ரேமாவின் மனநலனுக்கு ஏற்ப நான் ஆணாகவோ, பெண்ணாகவோ உள்ளக் கட்டமைப்பில் திரிபடைகிறேன். ஆணாக மட்டுமே நிலைத்துச் செயலாற்றும் ஆண்மையானது ஒருபோதும் கலவிவழி பால் பன்மையாகப் பல்கிப் பெருகாது. பரிமாணமற்று பாலொருமையில் ஒடுங்கிய ஆணுக்கோ பெண்ணுக்கோ காமத்தின் பொருண்மைத் திரண்டு கைகளுக்குள் அகப்படாது. கணந்தோறும் ஏடுபுரளும் கடல் புத்தகம் ஒரு காமப் பனுவல், அதில் என்னை வாசிப்பதின் வழி ரேமாவை இனங்காண்கிறேன்.

என் வாழ்க்கைப் போக்கில் பெண்ணுக்குள்ளும் கடலுக்குள்ளும் மட்டுமே ஒடுங்கியிருக்கிறேன். இவ்விரண்டும் என் உயிர்ப்பை நீட்டிக்க வல்லவை. ஒடுக்கமென்று எனது ஓக நிலையைச் சொல்கிறேன். கடலும் பெண்ணும் பூமியில் முக்கால் பங்கு நிறைந்திருப்பவை. கடல் நினைத்தால் பூமியின் மிச்ச நிலத்தையும் விழுங்கிவிடலாம்; அதுபோல, பெண் நினைத்தால் பூமியில் மாந்த இனத்தை அற்றுப்போகச் செய்துவிடலாம். கடலின் கருணையாலும் பெண்ணின் ஈகத்தாலுமே நிலமும் இனமும் நிலைத்திருக்கின்றன. கடலின் சூழமைவிலிருந்தும் ரேமாவைப் பற்றிய எண்ணங்களி லிருந்தும் என்னால் வெளியேற இயல்வதில்லை. புரளும் அலையில் ரேமாவின் வியர்வை வாடை. வாசனைத் திரவம் தெளித்த உப்புச் சுவை. அணைப்புக்குள் அடங்காத உடம்பாகத் திமிறி எழுகிறது, கடல். நான் சோர்ந்துவிட்டேன். ஆழ்கடலில் அசைவற்று மிதக்கிறேன். தூக்கம் என்னைக் கவிகிறது; உறங்கியபடி மிதக்கிறேன். குறட்டையொலி கேட்டு அலைகள் பக்கம்வரத்

தயங்குகின்றன. சுறவக் குட்டிகள் என்னைச் சுற்றி மொய்க்கின்றன. ரேமா பயணித்த கப்பலின் பாதையில் என்னுடம்பு மிதந்துச் செல்கிறது. அவள் போய்ச் சேர்ந்த மொழிப்புரியாதத் துறைமுகப் பட்டினத்தில் நான் கரையொதுங்கலாம். அவளுக்கு என்னை ஞாபகமிருக்குமா? அவளுக்கு என்னை அடையாளம் தெரியுமா? நெளிவலை வகுக்கும் புதிர் வழியில் அவள் தொட்டுவிடும் தூரத்தில்தான் இருக்கிறாளா? வள்ளா, விழித்துக்கொள்; உறக்கத்தின் விபரீத ஆழத்தில் சிக்கிக்கொள்ளாதே.

கீழ்வானத்தில் முளைத்த வெள்ளி சாளரம் வழியே ஒளிர்கிறது. மடிக்கப்பட்ட மடிக்கணினி கட்டிலின் வலப்பக்க விளிம்பில் இருக்கிறது. படுக்கையை விட்டெழுந்து மூலையிலிருக்கும் பானையிலிருந்துப் பனித்த நீரை முகர்ந்துக் குடிக்கிறேன். வெறும் வயிற்றில் நிரம்பும் நீர் அலையடிக்கிறது. விளக்கின் மங்கிய வெளிச்சத்தில் துலங்கும் பானையின் கனப்பரிமாணத்தில் எனக்கு என்னைப் பற்றிய வாழ்கதை விளங்குகிறது. கதவை அடைத்துவிட்டு வெளியே வந்தேன். தூரத்து அலைகளின் கரைத்தொட்டப் பெருமூச்சு. காலத்தில் புதையுண்டு வம்பா மேடுகளாய் நிற்கும் அருகன் பட்டினத்தைப் பார்க்கிறேன். செங்கழுநீராள் வீட்டின் கோபுரவுச்சியில் நியான் விளக்குச் சுடர்கிறது.

நடுயிரவில் எரிகற்கள் உதிரும் கடற்கரையில் கட்டுமரத்தின் மீது அமர்ந்து கிழக்கை வெறிக்கிறேன். தூரத்துப் படகுகளில் ஒளிரும் கண்ணாடிக் கூண்டு விளக்குகளிலிருந்து மனிதவாடையைக் கரைக்குக் கொண்டுவந்து சேர்க்கிறது, காற்று. மனிதவாடை குமையாத ஆழ் கடலில் மீன் பெருகாது. காற்றின் இறுக்கம் தளர்ந்து அலைகள் மீண்டும் கரையைச் சாடுகின்றன. எண்ணங்களால் சமைந்த மனிதர் ஒருபோதும் தனித்து இருப்பதில்லை. எண்ணங்கள் வகைவகையான கதைகளை உற்பத்திச் செய்வதால் தனித்திருப்பவர் அவற்றின் பின்னலில் சிலந்தியைப்போல சிக்கிக்கொண்டு தனது ஒருமையை இழக்கிறார். இயற்கையானது இனப்பெருக்கப் பொறியியல் நுட்பத்தை இரு பாலாருக்கும் பொதுவில் வைத்திருந்தால் பெண்ணைவிட ஆண்தான் அதிக அளவில் ஈனும் ஆர்வத்தைக் கொண்டிருந்திருப்பான்; ஏனெனில், தனிமையின் அழுத்தம் ஆண் உளப்பாங்கைத் தாய்மையாகவும் பெண் உளப்பாங்கைப் பேய்மையாகவும் உருத்திரிக்கும். இதை நாட்டார் வழக்காற்றியலின் பலப்பல தரவுகள் வழி நிறுவலாம். ரேமா, தான் சென்று சேரும் நிலத்தின் இனக்குழுவினரிடையே புழங்கும் சொல்கதைகளின் வழியே அவர்தம் தொகுக்கப்படாத வரலாறைத்

தனது குறிப்புச் சுவடியில் வரைந்தெடுத்துக்கொள்ளும் பழக்கமுடையவள். அவற்றில் சிலவற்றை எனக்கு வாசித்துக்காட்டியிருக்கிறாள். இன்று, காலப்போக்கில் தொகுக்கப்பட்டக் கதைகளில் மட்டுமே சில இனக்குழுக்கள் காணக்கிடைக்கின்றன; நிலத்தில் குடியினர் அற்றுப்போய்விட்டனர்.

நிலத்தில் வேர் தரிக்காத இனம் வரலாற்றில் தடயமற்றுப் போகும். தமக்குச் சொந்தமாகக் கைப்பிடியளவு நிலமில்லாத இனம், தம் காலத்தின் மொழியில் மட்டுமே வாழும். மொழி, காலப்போக்கில் தற்சார்பின்றி அழிந்து போகும். நிலமும் மொழியும் புணர்ந்துத் திரிந்ததே இனம். மொழிவழி என்னை இடப்படுத்தும்போது முழுமையடைகிறேன். ரேமா, நீ சார்ந்த நிலத்தின் அடையாளத்தைத் துறந்து உன்னால் வாழமுடிகிறது; என்னால் அப்படி முடியாது. எனக்கென்று குறிப்பிட்ட எல்லைவரை வரையறுத்த கடல் பகுதியும் அதிலுள்ள அலைகள் வந்து மோதும் நிலப்பகுதியும் வேண்டும். இப்புவிக்கோளின் ஒரு துண்டு நிலமும் அதில் புழங்கும் மொழியும் என்னை உயிர்வாழ வைக்கிறது. ஒருபிடி கடலும் ஒருபிடி நிலமும் இவற்றின் வழிவந்த மொழியுமின்றி நானில்லை. நான் இம்மூன்று மூலகங்களால் நிலைக்கிறேன். இவற்றின் சேர்மானங்களே நான்.

நாம் அறிமுகமாகிப் பழகி வாழ்ந்த ஓராண்டில், நமக்கிடையில் நிகழ்ந்த உரையாடல்கள் எல்லாமே முடிவுபெறாத விவாதங்களாகவே நீண்டு வளர்ந்தன. அறிவால் விளையும் மனிதவுறவே ஆகச்சிறந்த அழகு. கடலைப் பற்றிய எனது அறிதலின் வழியே நான் வாழும் மண்ணும் பேசும் மொழியும் செழுமையுறுகின்றன. கடலில் நாள் கணக்கில் பேச்சறுந்து இருக்கும் என்னால், அப்படி நிலத்தில் இருக்கமுடிவதில்லை. நிலம் என்பது பேசும் உயிரினத்தால் உருவாக்கப்பட்டது. நான் மொழிவழி விளைந்த அரசியலுயிரி; மொழி இலக்கணத்தின் வழியே ஓர் இனத்தின் அரசியலறிவின் அடிப்படைகள் வரையறுக்கப்பட்டுவிடுகின்றன. மொழியைப் போலவே அதன் அரசியலறிவும் ஓர் இயற்கை விளைவே. ஓர் இனக்குடியின் கடவுளைவிட அதன் மொழியே மூத்தது. ரேமா, நீ என்னெதிரே இல்லாவிடிலும் நம் உரையாடல் தொடர்வதின் மாயயெதார்த்தப் புனைவும் ஒருவகை மொழி விளைவே.

கடலைப் பார்த்தபடி நிற்கும்போது என்னை எல்லையற்றவனாக உணர்கிறேன். பின்திரும்பி உள்நிலத்தை நோக்கும்போது என்முன்னே எனது வெளி முடக்கப்பட்டிருப்பதாகக் கருதுகிறேன். கடலுக்குள் சென்று மீண்டும் கரைத்திரும்பும்போது, நான் பிறந்து

வளர்ந்த இடம் மட்டுமே என்னை மீண்டும் மீண்டும் தன்னை நோக்கி இழுக்கிறது. நான் எங்குச் சென்றாலும் என்னுடம்பின் தாய்நிலம் தன்னை நோக்கி ஈர்க்கிறது. இந்த ஈர்ப்பே நிலத்தையும் அதில் புழங்கும் மொழியையும் என் உடம்போடுப் பிணைக்கிறது. மண்ணுயிரி அதிலிருந்து ஒருபோதும் விட்டு விலகுவதில்லை; முயன்றாலும் அது இயல்வதில்லை. ரேமா, உனக்கும் எனக்கும் மேற்கிற்கும் கிழக்கிற்கும் இடையிலான வேறுபாட்டில் இதை விளங்கிக்கொள்ளலாம். நம் உடம்புகளில் மண்ணும் மொழியுமே சதையும் குருதியுமாக இருக்கின்றன. மண்ணும் மொழியுமே ஓர் உடம்பின் நிறத்தையும் அதில் விளைந்த பண்பாட்டையும்கொண்டு ஓர் இனத்தை வரையறை செய்கின்றன. எனது நிலத்தின் அதில் புழங்கும் மொழியின் நிறம் எனது உடம்புக்கு இல்லையெனில் இங்கு நான் வெளியிலிருந்து வந்தவன் என்றாகிவிடுவேன். வேற்று நிலத்தில் வேற்று மொழியில் நான் புழங்கும்போது என்னுடம்பை அந்நியமாக உணர்வேன். உடம்பு, நிலம், மொழி இம்மூன்றும் ஒன்றாகக் கலந்ததுவே நான்.

கடந்த ஆண்டில் இதே சித்திரை மாதத்தில் முழு நிலா மாலையில் தென்னங்கள் அருந்தினோம். செந்நாக்குண்ணி, மிளகு, வறுகடலை சேர்த்து அறைத்தப் பொடியைத் தொட்டுக்கொண்டோம். கடலில் கலக்கும் உப்பனாற்றின் இரு கரையிலும் அடர் தென்னைத் தோப்பு. வடக்குத்திசை நெடுந்தோப்பு என் நண்பன் அங்காளனின் குடும்பச் சொத்து. அந்தத் தோப்பின் கள்ளைத்தான் நமக்குப் பரிமாறினான். அருகில் வந்து அமர்ந்த பழக்கப்பட்ட ஒரு குரங்கிற்கு, கலயத்தின் அடியில் தேங்கிய மட்டிக்கள்ளைச் சேகரித்து குடிக்கக் கொடுத்தான். குரங்கு, கலயத்தைக் கைகளில் ஏந்தி சிந்தாமல் குடிக்கும் அழகைக் கண்கொட்டாமல் பார்த்துக்கொண்டிருந்தாய். போதையேற குரங்கின் முகம் சிவந்தது. அது உன்னை வெறித்தது. நம் பேச்சில் இடைப்புகுந்து எதையோ சொல்லத் தவித்தது. நா குழறியச் சொற்கள் வெற்று ஒலியாக வெளிப்பட்டது. உனக்குச் சிரிப்பு முட்டிக்கொண்டு வந்தது. உனது தாய்மொழியில் அதனுடன் பேசினாய். தான் வாழும் நிலத்தைச் சார்ந்த மனிதர் பேசும் மொழி, அவ்விலங்கால் புரிந்துகொள்ளப்படுகிறது. நீ பேசிய மொழி குரங்கிற்கு விளங்கவில்லை போலும், என்னையும் நண்பனையும் மாறிமாறி பார்த்தது. அது ஒரு பெண் குரங்கு. உடம்பின் வாசனையைக் கொண்டு உனது பாலை அதனால் இனங்காணமுடியும். உன்னருகில் அமர்ந்து உன்னைத் தொட்டுத் தொட்டுப் பார்த்தது. குடியேறி நிலைத்தப்பி உன்னைக் கடித்துவிடப்போகிறது என்று

அங்காளன் பயந்தான். போ போ எனச் சொன்னான், அது தலையைக் குனிந்தபடி விலகிச்சென்று மறைந்துவிட்டது. இருட்டத் தொடங்கியதும் நண்பனை வீட்டுக்கு அனுப்பிவிட்டு கடலை நோக்கி நடந்தோம்; கீழ்வான ஈரத்திலிருந்து மீன் கவிச்சையோடு நிலா எழுந்தது.

ம

வீராம்பட்டினம் கடற்கரையில் முழுநிலா முதிர்மாலையில் கள்மணம் கமழும் உன் வாயிலிருந்து வழுக்கிவரும் தமிழ்ச் சொற்கள் என்னைக் கிரங்கடித்தன. அருகில் நீ இருந்தும் கலவி தவிர்த்த இரவுகள் போல அழகும் அடர்த்தியும் நிறைந்த பொழுதுகள் வாழ்வில் மீண்டும் அமையுமா எனத் தெரியவில்லை. நேற்று நண்பனுடன் கள்ளருந்தும்போது அந்தக் குரங்கு வந்தது. மழையும் பனியும் கடந்து கோடை வந்தவுடன் எங்களைத் தேடிவந்தக் குரங்கு சினைவயிறு பெருத்து தாய்மையின் பூரிப்பிலிருந்தது. குறுகுறுப்போடு அங்குமிங்கும் உன்னைத் தேடுவதை உணர்ந்தேன். நண்பன் கொடுத்த கள்ளை அது பருகவில்லை. ரேமா, பார்க்கப் பார்க்கக் குரங்கின் முகம் உன்னைப்போலவே இருந்தது எனச் சொன்னால் அதன் முரணழகை நீ ஏற்பாய் என்று நம்புகிறேன். முகத்தின் வெளிர் மஞ்சள் ஒளி. கண்களில் அழகு வழியும் களைப்பு. முழங்கைப் பெரிய அவித்த மரவள்ளிக் கிழங்கைக் கொடுத்தேன். வாங்கிச் சென்றுவிட்டது. இந்த அடிவான மஞ்சள் நிலவில் அந்தக் குரங்கு என்னைத் திரும்பிப் பார்த்துவிட்டு நடக்கிறது. அங்கேயே ஈன்று குழந்தையுடன் சாக்கையன் தோப்புக்குத் திரும்பும் என நினைக்கிறேன். ரேமா, எனது தவிப்பு காமத்தைக் கடந்தது; விலங்குத் தன்மை மிளிரும் தாய்மையின் கதகதப்பிற்கு ஏங்குகிறேன். பரந்துச்செறிந்த இக்கோடையில், கிழக்கில் சுரக்கும் தென்னங்கள்ளும் மேற்கில் சுரக்கும் பனங்கள்ளும் அருகன்மேட்டு மட்கலயங்களில் நொதிக்கின்றன. ஈர கலயத்தின் மேற்பரப்பில், முனைத் தீட்டியச் சுறவத்தின் நடு முள்ளால் உனது பெயரைக் கீறுகிறேன். இச்சிறு பானையின் உடைந்த ஓட்டுச் சில்லில் பதிவாகியிருக்கும் இப்பெயரை எதிர்கால வரலாற்றில் கண்டெடுத்து யாரேனும் படித்தறியலாம். உன் பெயரைப் படிப்பதன் மூலம் உன்னை மீண்டும் உயிர்ப்பிக்கலாம்.

பொழுதெல்லாம் அசைந்துகொண்டே இருந்தாலும் இடம்பெயராதப் பேரிருப்பாகக் கிழக்கே நிலைக்கொண்டுள்ள கடல், மனிதவுடம்பில் புணர்ச்சிவுந்துதலைத் தூண்டவல்லது. கடல், மனப்பிறழ்வை

நேர்செய்யும். கரையில் நின்று கடலைப் பார்வைகொள்ளும் மனிதர், சக இருப்பின் மீதான பயத்திலிருந்து விடுபடுவர். உள்ளம் சோர்ந்து என்னை அனாதையாய் உணரும்போது கரையிலமர்ந்துக் கடலை வெறிப்பேன்; என்னுடம்பின் ஏதோவோர் ஓட்டை வழியாக உள் நிரம்பும் அது என்னை அற்றுப்போகச் செய்கிறது. இது, அற்றுப்போவதில் முழுமையடையும் இல்பொருள் இயங்கியல். ஆழிசூழ் உலகுக்கு வெளியில் ஒன்றுமில்லை. பிறந்ததிலிருந்து எனக்குச் சொந்தம்கொள்ள கடலைத் தவிர வேறொன்றில்லை. வாழ்ந்த இதுநாள்வரை நான் அழுததில்லை. அழவேண்டியச் சூழ்நிலை உருவானதில்லை. அழும் மனநிலை எப்படியிருக்கும் என்பதை உய்த்துணரும் பட்டறிவு எனக்கில்லை.

நேற்று உடன் வாழும் முரட்டு ஆண் குரங்கு துறத்திவர, அதனிடமிருந்துத் தப்பி சாலையைக் குறுக்காகக் கடந்த, எனக்குப் பழக்கமான தாய்மை கனத்த மந்தி வாகனச் சக்கரத்தில் சிக்கி வயிறு பிதுங்கி இறந்துவிட்டதாம். வயிற்றிலிருந்த குட்டியும் அறைந்து கூழாகிவிட்டதாம். என்னிடம் சொல்லும்போது அங்காளனின் கண்கள் கசிந்தன. குரங்கின் மீது இல்லை, அவன் மீதுதான் நான் பரிதாபம்கொண்டேன். கடலுடன் உழலும் ஒருவன் ஒவ்வொரு பொழுதும் மரணத்துடன் வாழ்வதால் என் மனம் மரத்துவிட்டதாக அவன் நினைத்திருக்கலாம். யாரொருவரின் மரணமும் என்னைப் பாதிப்பதில்லை; யாருமற்று வாழ்வதின் நற்பயன் இதுவொன்றுதான். பிணவறையில் மருத்துவருக்கு உடற்கூறாய்வுச் செய்யத் துணைபுரியும் கடைநிலை ஊழியரின் மரத்துப்போன மனம் எனக்கு இயல்பிலேயே வாய்த்துவிட்டது. உயிருள்ளவொன்றுடன் வாழ்ந்துப் பழகியவருக்கே இழப்பின் வலியை உணரமுடியும். நான் அஃறிணைகளின் நெருக்கடியில் சிக்கி வெளிப்பிதுங்கி நிற்பவன். ரேமாவுக்குப் பிறகு பேசும் உயிரிகளைத் தவிர்த்துவிடுகிறேன். இன்று, அங்காளன் மட்டுமே மொழிவழி உறவாடும் ஒரே எதிர் இருப்பு. நான் கொஞ்சம் கொஞ்மாகப் பேசும் திறனை இழந்துவருவதாக நண்பனிடம் சொன்னால் என்னைப் பார்த்துச் சிரிக்கிறான்.

செங்கழுநீராளைச் சந்தித்து நாளாகிவிட்டது. நான் அவளுடன் ஓயாமல் பேசினாலும் மறுபேச்சு பேசுவதில்லை. உரையாடல் சாத்தியமற்ற இருப்புடன் வாழ்வதில் எந்தவொரு பயனுமில்லை. மனிதரின் முதல் பாவனை, கடவுளை உடனிருப்பாகப் பாவித்தலில் தொடங்குகிறது. தனிவொரு சமூகத் தன்னிலையைச் சுற்றிப் பின்னப்படும் உறவுமுறைகள் யாவும் கடவுளிடம் பயின்ற

பாவனையிலிருந்தே தொடங்குகின்றன. தலை நரைக்கத் தொடங்கிவிட்டது; இருப்பினும் ஒரு பதின் வயதினனாகவே என்னைப் பாவிக்கிறேன். அருகன்மேடு என்னும் புதையுண்ட நகரத்தில் மண்மூடி விரிந்த மணல் திட்டின் மேலெழும்பிய மீனவக் குடியிருப்பில் நானிருப்பதால் என் மனநிலை ஒவ்வொரு கணமும் புரண்டுப் புரண்டு காலத்தின் பல்வேறு அடுக்குகளில் மாறிமாறி என்னை நிலைப்படுத்துகிறதோ என்னும் குழப்பம் நெடுங்காலமாக இருக்கிறது. காலம் ஒரு பாவனை என்னும்போது, இன்மைக்கும் இருப்புக்கும் இடையே கடலுக்கும் நிலத்திற்கும் இடையே ஓர் ஊடுபாவாக நெய்யப்படுகிறேன். கரையோரம் தென்திசை நடந்து தேவனாம்பட்டினம் வரை வந்துவிட்டிருக்கிறேன். இன்னும் கொஞ்சம் நேரத்தில் கிழக்கு விடியத் தொடங்கிவிடும். இரவுப் பாடுமுடித்துக் கரையேறத் தொடங்கவுள்ளப் படகுகள் பனிவிலகி ஆங்காங்கே தென்படுகின்றன. எனது ஊருக்குத் திரும்பிச் செல்லவேண்டும். நேற்றிரவு சாப்பிடவில்லை, பசிக்கிறது.

கடலோரச் சவுக்குத் தோப்புகள், கழிமுகங்கள், செத்துக் கரையொதுங்கிய பெரிய ஆமையின் கறியைக் கவ்வும் நாய்கள், ஊர்க்கூடி இழுக்கும் பெரிய வலையை எதிர்பார்த்துக் கரையில் குவியும் மீன் விற்கும் பெண்கள், கரையில் பாதத்தால் பள்ளம் பறித்து மலம் கழிக்கும் ஆண்கள், சிறு மீன் மூட்டையோடு கரையேறும் கட்டுமரத் தனியர்கள், கரை நெடுக்கிலும் ஆதிக்குடிகளின் நடமாட்டம், ஊர்ப் பசியை விரித்து அறுவடை செய்யும் வலைக்காரர்கள். நான் இவர்களில் ஒருவன்; எனினும் தனியன். கண்ணாடித் தொட்டியில் நான்கு பக்கங்களிலும் முட்டி மோதிமோதி பைத்தியம் பிடித்த ஒற்றை மீன்.

“மீனை யாரும் உயிர் விலங்காகப் பார்ப்பதில்லை; ஒரு வாய் உணவாகத்தான் பார்க்கிறோம். உணவாகும் உயிர்ப் பொருள் கொலையில் சேர்வதில்லை. நிலம்வாழ் உயிர்ப் பொருளின் பரிமாணம் நீர்வாழ் உயிர்கட்கு இல்லை. உனது மீன்பிடி தொழில் என்பது நீர்வேட்டைத்தானே. நிலத்தில் வேட்டைச் சமூகத்தில் உயிர்க் கொலை என்பது வாழுயிர் அறம். பேசும் உயிர்களைக் கொல்வது அறமாகாது. நமது அறநூல்கள் கொல்லாமையை அறிவுறுத்திவிட்டு பேசும் உயிர்களைக் கொல்கின்றன. வேட்டைக்கும் போருக்குமான வேறுபாட்டில் பகுத்தறிவு திகைக்கிறது. வள்ளா, உயிர்க் கொலை இல்லாமல் இப்பூமி இமைப்பொழுதும் இருந்ததில்லை. எறும்பு முதல் யானை வரை கொல்கிறோம். மூளையில் மொழி முளைக்காத உயிர்களை

உணவுக்காகக் கொல்கிறோம்; மூளையில் மொழி முளைத்த மனிதரை மேலாதிக்கத்திற்காகக் கொல்கிறோம். கொன்றவரைத் தின்றுவிடு என்று சமூகத்தின் சட்டவரையறை தீர்ப்பு வழங்கினால் நாம் சக மனிதக் கொலைகளைத் தவிர்த்துவிடுவோம். மாடு, பன்றி, ஆடு இவற்றைத் தின்பதுபோல மனிதரை இன்றைய மனிதரால் தின்னமுடியாது. உலக ஒவ்வாமைப் பொருட்களின் பட்டியலில் மனிதர்க்கு மனித இறைச்சியே முதலிடத்தில் இருக்கிறது. பழுத்த இலை உதிர்வது போல நிகழாத மரணத்தை இயற்கை நம்மீது செலுத்தும் வன்முறை என்பேன். வேட்டையில் நீ பங்கேற்காவிடினும் போரில் நீ பங்கேற்காவிடினும் சமூக மனிதன் என்ற நிலையில் நீயும் ஒரு வன்முறையாளன்தான். வள்ளா, நீ முகரும் முதற் பொருளே உன் தாயின் குருதி; அக்குருதியின் பிசுபிசுத்தக் கவிச்சை எவ்வழியிலேனும் காலந்தோறும் உன்னுடம்பில் பட்டுத் தெறித்து உறுத்தும். பிறப்பிலிருந்து இறப்புவரை குருதி உன்னைத் தொட்டுத் தொடரும்."

ரேமாவின் பேச்சை அசைப்போட்டபடி எனது குடிலை அடைந்தேன். கரையோரத் தென்னையிலிருந்து அண்டங்காக்கை என்னை முறைத்தது.

4

ரேமா என்னைப் பிரிந்து ஆறு மாதங்கள் கடந்துவிட்டன. எந்த நாட்டில் எந்தக் கடலில் மிதக்கிறாளோ அறியேன். பெயர்தான் வெவ்வேறு, எல்லாக் கடலும் ஒன்றே எனச் சொல்லும் அவளை, இக் கடலைத் தீண்டுவதின் வழியே தொடுகிறேன். நீண்ட உரையாடல்களால் நிறைந்த என் வாழ்க்கையைப் போல அலுப்பானது வேறில்லை. என்னை இரண்டாகப் பிளந்து ஒன்றை எதிரில் நிறுத்தி உரையாடுவதிலுள்ள அயற்சி வேறெதிலுமில்லை. நான் ஆணும் பெண்ணும் கலந்தவன் அல்லன்; வெற்று ஆண் என்ற ஒற்றைப் பாலாலானவன். பெண்மை கலக்காத ஆண்மையில் கவித்துவம் அற்றுப்போகும்.

ஓராண்டு இந்நிலத்தில் தங்கியிருந்த ரேமா, தரிசாய்க்கிடந்த என்னை உழுது வேளாண்மை செய்தாள். ஒருத்தியின் மேலாண்மைக்கு என்னை ஒப்புக்கொடுத்திருந்தேன். பிளவுண்ட என்னை ஒருமை செய்து பதப்படுத்தினாள். மண்ணிலிருந்து கிளர்ந்து வெளிப்பட்ட கற்களும் பாறை உருண்டைகளும் விதைகளாகவும் கிழங்குகளாகவும் முளைத்தன. அதுவரை உப்புச் சுவையை மட்டுமே மேலதிகமாகச் சுவைத்திருந்த நான் உடம்பின் சுவையில் திளைத்தேன். அன்பு என்ற கருதுகோளைப் பொருண்மை செய்தால் உருத்திரியும் சமைவே அவளது உடம்பு. ஆம், அந்த உடம்பைப் பிசைந்து எனது குடிவழி குலச்சாமியைச் செய்தேன். தொடக்கமும் முடிவுமில்லாக் காலம் அந்த உடம்புக்குள் திணிந்திருந்தது.

அங்காளனின் துணைவி பச்சை மிளகாயைக் கிள்ளிப்போட்டு வடகம் தாளித்து வைக்கும் மீன் குழம்பிற்குக் கிழக்குக் கடலையே தன்னுடைமையாக்கி எழுதிக்கொடுக்கலாம் என்று அவளிடமே ரேமா சொன்னாள். தான் சமைக்கும் மீன் குழம்பை வெள்ளைக்காரி ஒருத்தி சுவைத்துச் சிலாகிப்பதை வெட்கம் கலந்தப் பெருமிதத்துடன் ஏற்றுக்கொண்டாள். மாரியம்மாளைவிட ரேமா ஐந்தாண்டுகள்

மூத்தவள். முதல் குழந்தையை ஈன்றவுடனே தமிழ்ப் பெண்களின் உடம்பு காலவரையறையைக் கடந்தவொன்றாகிவிடுகிறது. வெள்ளிக் கிழமைகளில் மஞ்சள் குளித்து செங்கழுநீராளை வழிபட்டு வீடு திரும்பும் பெண்களின் உடம்பில் தெய்வம் குடிபுகுந்துவிடுகிறது. அன்றைய இரவுகளில் எந்த ஆணும் தம் துணையைக் கலப்பதில்லை என்னும் எளிய நடைமுறைப் பழக்கத்தைக்கூட ரேமாவுக்குச் சுட்டிக்காட்டியுள்ளேன்.

கடலையும் கோவிலையும் தவிர புழங்குவதற்கு வேறு இடம் இல்லாதவனுக்கு எங்கிருந்தோ வந்த ரேமா எல்லாமாகிப்போனாள். அவளுடம்பிலும் வெள்ளிக் கிழமைகளில் கற்பூர வாசனைக் கமழத்தொடங்கியது. அன்றைய நாட்களில் அவளைத் தீண்டுவதைத் தவிர்த்துவிடுவேன். வறுத்த மீன் தின்ற வாயால் அவளிடும் முத்தத்தின் கவிச்சை விடியும்வரை முகம்முழுதும் படர்ந்திருக்கும். மீனுணவு போகத்தைத் தூண்டவல்லது; அவளில்லாததால், பெரும்பாலும் உண்பதைத் தவிர்த்துவிடுகிறேன்.

நாளையிலிருந்துத் தொழிலுக்குப் போகவேண்டும். கடலுடன் கலக்கும்போது கரையில் தங்கிய எல்லா உறவுகளும் அறுந்துபோகும். கடலுக்கு வெளியே தனித்திருக்கும் நான் கடலுக்குள் தனித்திருப்பதில்லை. ஐம்மூலகங்களும் ஒரு புள்ளியில் குவிந்த இருப்பிற்குத் தனிமை என்பதில்லை. வாழ்வின் ஒவ்வொரு கணமும் சொற்களாலானது. சொல்லறுத்த மனிதர் ஒருபொழுதும் இல்லை. மூளையின் இயக்கம் மொழியால் பொருண்மைப்படுகிறது. மூளைக்குள் மொழியை அற்றுப்போகச் செய்தால் என் சிந்தைக்குள் அடர்ந்திருக்கும் ரேமா அற்றுப்போய்விடுவாள். இது என்னால் இயலக்கூடியதா? ஒன்றை வெளியேற்றுவதைவிட எளிய செயல் அந்த ஒன்றிலிருந்து என்னை வெளியேற்றிக்கொள்வது.

நானொரு பேராசைக்காரனாக இருக்கிறேன்; கடலென்னும் பேரிருப்பின் முன் அப்படித்தானே இருக்கமுடியும். உள்ளம் திசைக்குழம்பி உழன்றாலும் இறுதியில் வந்துசேருமிடம் ரேமாவாகத்தான் இருக்கிறது. மதம், அரசியல், அறிவியல் எனப்பல அறிவு வெளிகளில் அலைந்துத் திரிந்தாலும் மனிதரைத் தாண்டி என்னால் சிந்திக்க இயலவில்லை. சக மனிதரிடம் கொடுப்பதற்கும் பெறுவதற்கும் அன்பு என்னும் உளன் பொருண்மையைத் தவிர வேறொன்று யாரிடமும் இல்லை. இரந்தும் பெறமுடியாத இல்பொருள் அன்புதானே: அன்பை இரப்பவனே பேராசைக்காரனாகிறான். ரேமாவிடம் நான் பெற்றதில் என்னுடன்

தங்கி நிலைத்தது எது? அவள் என்மீது செலுத்திய அன்பு; அந்த உணர்வின் பரிமாணம் உடம்பால் ஆனதுதானே.

எங்கிருந்தோ வந்தாள் எங்கோ சென்றாள்; காலத்தில் நிலத்தில் ஒரு புள்ளியில் வைத்துத் தன்னுடம்புடன் என்னுடம்பைத் தைத்தாள். இது எப்படி நிகழ்ந்தது? இதை நிகழ்த்தியது யார், எது? விளங்கிக்கொள்ள முடியாத சமூக உயிரியங்கியல். என்னைத் தாண்டி எனக்கு வெளியே எல்லாம் இருக்கின்றன; நான் எனக்குள் மட்டுமே இருக்கிறேன். எல்லாம் சிந்திக்கும் வேளையில் என்னைத் தவிர எனக்கு யாருமில்லை. தனியாக வந்தேன், தனியாக வாழ்ந்தேன், தனியாகப் போகிறேன். இது எனக்கு மட்டும் நேர்ந்தது இல்லை; என்னைச் சுற்றி இருப்பவர் எல்லாருக்கும் இப்படித்தான் இருக்கிறது. யாருமில்லாமல் சாளரத்தின் வழியே நடுப்பகல் கடலை வெறித்துக்கொண்டிருப்பது, மூளையின் மேற்பரப்பில் முட்கள் முளைக்கச் செய்கின்றன.

நேற்று நடுயிரவில் தேவனாம்பட்டினம் போகும் வழியில் நரம்பைக் கடற்கரையில் ஒருத்தியை எதிர்கொண்டேன். மங்கிய இருளில் கடலைப் பார்த்தபடி நின்றிருந்தாள். இருட்டில் முகமோ அதில் வெளிப்படும் வயதோ தெரியவில்லை. ஒட்டுமொத்தத் தோற்றத்தில் நடுவயது பெண் என்பதைக் குரல் வழி தெளிய முடிந்தது. இந்த நேரத்தில் இந்த இடத்தில் ஏன் இப்படி நிற்கிறீர்கள் என்று கேட்டேன். கடலைப் போல அவளும் இறுக்கமாக இருப்பது குரலில் வெளிப்பட்டது;

“நான் பிள்ளையார் குப்பத்தைச் சேர்ந்தவள்; தற்கொலைச் செய்துகொள்ள வந்திருக்கிறேன்.”

‘நாங்கள் தொழில் செய்து உண்டு வாழ வழிசெய்யும் கடலைக் கொலைக் களமாக்கி ஏன் கலங்கப்படுத்துகிறீர்கள்? இருந்த இடத்திலேயே தற்கொலைச் செய்வதற்கு வேறு வழிகள் உள்ளனவே?’

“தெரியும். எனது உடல் என்னைச் சார்ந்தவர்களுக்குக் கிடைக்கக்கூடாது. கடலில் மூழ்கினால் ஊர் தெரியாத, ஆள் தெரியாத இடத்தில் கரையொதுங்குவேன். எனது உடல் யாராலும் உரிமைக்கோரப்படாது. கடல் வழி மரணம் எனது உடலை விடுதலைச் செய்யும். நீங்கள் உங்கள் வழியில் செல்லுங்கள்; நான் எனது வாழ்வின் விளிம்பில் நிற்கிறேன்.”

‘என்னுடன் பேசியதற்கு நன்றி. விடைபெறுகிறேன்.’

நான் தெற்கில் சிறிது தூரம் நடந்து, பின் திரும்பிப் பார்த்தேன். இருட்டில் அவள் நீருக்குள் நடந்தபடி ஆழத்தில் மூழ்கிக்கொண்டிருந்தாள்.

ய

இதுவரை இதைப்போல் எத்தனையோ மரணங்களை எதிர்கொண்டு விட்டேன். கரையில் ஒதுங்கும் பிணங்களின் முகத்தில் விடுபட்ட தன்மையைப் பார்க்கிறேன். இயற்கையுடன் இரண்டறக் கலந்ததின் பெருமிதம். ஒவ்வொரு கணமும் வெவ்வேறு அலைகள் போல ஒவ்வொரு பொழுதும் வெவ்வேறு கடல். மாறுபட்ட வாழ்க்கையைப் போல மாறுபட்ட மரணம் கடல்வழி விளையும். ஒரு நாள் ரேமா கடலிலே அலைந்து கடலிலேயே சாவாள்; நான் கடலிலே வாழ்ந்து கடலிலே சாவேன். கடல், தன்னை மீறி நிலைக்கும் நிலத்தில் வாழும் அனைத்தையும் பார்த்துக்கொண்டிருக்கிறது. தியானத்தில் ஒடுங்குவதும் தியானத்தில் விகசிப்பதும் அதன் இயல்பு. கடலுக்கு உவமை கடலைத் தவிர வேறொன்றில்லை. பார்க்க அலுக்காத காட்சி. இந்தக் கோளகையில் எல்லாம் அழிந்தாலும் கடல் மட்டும் இருக்கும். கடல் இருக்கும்வரை அதில் கொலையும் தற்கொலையும் நிகழ்ந்தபடி இருக்கும்.

நேற்றிரவு அந்தப் பெண்ணின் பெயரைக் கேட்கவில்லை; என் பெயரையும் சொல்லவில்லை. பிறக்கும்போது உடம்புக்குப் பெயரிடுகிறோம்; இறந்த உடலுக்குப் பெயர் எதற்கு? வாழ்நாளெல்லாம் பெயரைச் சுமந்த உடம்பு, இறந்ததும் பெயரின் பாரத்தை இறக்கிவைத்துவிட்டு இக்கரையில் ஏதோவொரு தூரத்தில் இந்நேரம் இளைப்பாறும்.

உலக வரலாறு கடல் வழியே எழுதப்படும்போது ஒவ்வோர் இனவுடம்பும் கடலைக்கொண்டே கதைகளாகத் தொகுக்கப்படுகிறது. ரேமாவும் நானும் கடலுயிரிகள். கடல் வழியே அவளிருப்பு பொருள்படுகிறது; அதே கடல் வழியே எனது வாழ்க்கை உயிர்ப்பெறுகிறது. கடல் மிச்சம் வைத்த நிலத் திட்டுக்கள் என்பவை மனிதர் தம் கதைகளை நிகழ்த்திப்பார்க்கும் மிதக்கும் மேடைகளாகத்தான் இருக்கின்றன. நிலத்திற்கும் கடலுக்குமிடையே நான் ஊடாடினாலும் இரண்டு வெளிகளிலும் என்னிருப்பு கதைகளாலேயே நிறைகிறது. ரேமா நெடுங்கடலெங்கும் அலைந்துத் திரிந்துத் தன்னைக் கதைகளாக எழுதியபடியே வாசித்துக் கொண்டிருக்கிறாள். அக்கதைகளில் நானும் ஒரு புள்ளியில் நிற்கிறேன். அதற்குமேல் அங்கு எனக்கு இடமில்லை. ஒற்றைச்

48 அருகன்மேடு

சொல் நிரப்பும் இடமே அப்பனுவலில் எனக்கானது. அவளுடைய கதையில் என்னைவிட ரேமாவுக்கே என்னை நன்றாகத் தெரியும். என்னால் என்னை ஒருநாளும் படிக்க முடியாது. அவள் திட்டமிட்டு எழுதும் வாக்கியங்கள் கடலாலானவை. நான் எதையும் திட்டமிடுவதில்லை; அன்றன்றைக்கான வலைவிரிப்பில் என்ன மீன் சிக்கும் என்பது கடலுக்கே தெரியாது. அவளுக்குக் கடலொரு பனுவல்; எனக்கு அதுவொரு கடவுள். கடவுளை யாராலும் எழுதவும் முடியாது, படிக்கவும் முடியாது. இதையே ரேமா தன்கூற்றாகச் சொன்னால் இன்னும் எளிமையாகச் சொல்வாள்.

நானறிய கடலில் தற்கொலை செய்துகொண்டவர்களைத் தடுத்து நிறுத்தியதில்லை. பிறரின் திட்டமிடலில் குறுக்கீடு செய்ய ஒருபோதும் முனைந்ததில்லை. நிகழும் வரலாறை வேடிக்கை பார்ப்பவருக்கு வலியுமில்லை வாதையுமில்லை. வாழ்க்கைக்கான அடிப்படையாக நிலத்தை நம்பி நான் வடிவமைந்திருந்தால் என் நோக்கு வேறாக இருந்திருக்கும். கடலை நம்பி வாழும் எனக்கு நிலத்தின் குடிமைப் போக்குகள் சரிவர பிடிபடுவதில்லை. ஆறு ஏரி குளம் குட்டை கிணறைப் போல நிலத்துடன் ஒட்டி உறவாடாமல் கடலைப்போல விலகியிருப்பதையே விரும்புகிறேன். இந்த உள்ளப்போக்குத்தான் ரேமாவை என்னுடன் பிணைத்திருக்கும் என்று நினைக்கிறேன்.

"கரையில் நின்று கடலைப் பார்ப்பதைவிட ஆழ்கடலில் மிதந்தபடி உன்னைச் சுற்றிலும் பார்த்தால் நீ ஒரு தீவாகிவிடுவாய். தீவிலிருக்கும் எல்லாம் உனது உடம்பிலும் இருக்கும். உன்னை ஒருபிடி நிலமாய் உணர்வாய். உன்னைச் சுற்றிய கடலால் பாதுகாக்கப்படுவாய். இத்தீபகற்ப வடப்புலத்தில் கடலரண் இல்லாததால்தான் அத்திசை வழியே இனப்பகைவர் உள்நுழைந்தார். கடல் தாண்டத் தடைபட்டவர்க்கு வரலாற்றுக் கதையாடல் இல்லை; வந்தேறிகள் நமது கதைகளைத் திருடிக்கொண்டார்கள்."

அப்பா கள் பசியாறியபடி அரசியல் பேசுவார். அப்பா கடல் பற்றிய கதைகளையும் நிலம் பற்றிய வரலாறுகளையும் எனக்குப் படிப்பித்தார். வரலாறுகளின் வழியே நிலத்தில் தெறித்த இனக்குடிகளின் குருதியையும் கதைகளின் வழியே கடலில் மூழ்கிய பேரரசுகளின் சிதைவுகளையும் கண்டேன். ஒரு துண்டு காலத்தின் வரலாறாகக் கட்டமையும் அரசியலில் வாழ்வதைவிட ஒரு துண்டு காலத்தின் கதைகளாகக் கட்டமையும் புனைவில் வாழ்வது பாதுகாப்பானது என்பதைக் கற்றறிந்தேன். ஆம், இந்த அருகன்மேடு

ரமேஷ் பிரேதன் 49

என் காலடியில் புதைந்திருக்கும் தொல் வரலாற்றின் கடலோர நகரம்; அதை அகழ்வாய்ந்து ஒரு பழங்கதையாகக் கட்டமைக்கிறேன். மானுடர்க்கு வரலாற்றில் நேரும் அழிவு கதையில் ஒருபோதும் நேராது. ஏனோ இப்பொழுது ரேமாவின் தொன்மையான உடம்பில் கமழும் யவனவாசனை எனது குடிலில் குமைகிறது.

என் வாழ்வில் எதிர்கொண்ட எல்லா நிகழ்வுகளையும் கதைகளாக்கிவிடுவது எனது பழக்கம். சிறுவயதிலிருந்தே இப்பழக்கம் உடன் வளர்ந்து வருகிறது. பசியை, பெற்றவர்களின் மரணத்தை, உடன் பழகியவர்களின் காமத்தை எல்லாம் வெறும் கதைகளாகவே எனக்குள் சேகரித்துக்கொள்கிறேன். கதைகளின் ஊடாகப் பயணித்து வெவ்வேறு கடல்களின் வழியாக வெவ்வேறு நிலங்களில் என்னால் உலவமுடிகிறது. ஒரு நிலத்திலோ ஓர் இனத்திலோ ஒரு மொழியிலோ தேங்கிவிடும்போது நான் எனது உடம்பின் பன்மை விலக்கி ஒருமையில் கெட்டிப்பட்டு வன்முறையாளனாகிறேன். எனவே நான் எனக்குள் அடைபட மறுக்கிறேன். கடல் கணந்தோறும் தன்னைக் கலைத்துக் கலைத்து அடுக்கியபடி இருப்பதை கவனித்து வளர்ந்ததால் என் வாழ்க்கையிலும் அதையே நான் பாவனை செய்கிறேன். இதுவரை வாழ்ந்ததில் எந்தப் புள்ளியிலும் நான் வருத்தமடைந்ததில்லை. என்னுடையது என்று உரிமைக்கொள்ள எதுவுமில்லாததால் இழப்புமில்லை அழுகையுமில்லை. கடலிடம் யாரும் இரப்பதில்லை; உரிமையோடு எடுத்துக்கொள்ளும் குடிவழியில் வந்ததால் பொருளியல் ஏமாற்றத்தைச் சந்தித்ததில்லை. செங்கழுநீராளைத் தவிர எனக்கு வேறு பெருங்கடவுள்களிடம் பழக்கமில்லை. எனக்குக் கடலே மதம், கடலே பண்பாடு; அவற்றைச் சேர்த்துக் கட்டிக்காத்து வழிநடத்தும் செங்கழுநீராளைத் தவிர வேறு அதிகார நடுவம் எதுவுமில்லை. கடலைப் பார்த்தபடி வாழ்பவனுக்குத் தனிமை இல்லை.

மீனவக்குடி கதைசொல்லிகளால் நிறைந்தது. கடலுக்குள் சென்று திரும்பும்போது மீன்களின்றி வெறுங்கையுடன் கரை ஏறினாலும் அன்றன்றைக்கான புதிய கதைகளைக் கொண்டுவரத் தவறுவதில்லை. நானறியாத என்னைப் பற்றிய கதைகளையும் கேட்டிருக்கிறேன். ஒரே கதை ஒவ்வொரு வாய்க்கும் வேறுபடும். மாறுபடும் கதைகூறல்களே சமூகத்தை உயிர்ப்புடன் வைத்திருக்கின்றன. தனக்கானக் கதைகளைச் செய்யத் தெரியாத சமூகம் காலவோட்டத்தில் காணாமல்போகும். தனது தொல்கதைகளைத் தொலைத்த குடி வரலாற்றில் தொலைந்துபோகும். என்னைச் சுற்றி என்னைப் பற்றிப்

பரவும் கதைகளையும் கட்டுக்கதைகளையும் நான் தடுப்பதில்லை. நான் இல்லாத இடத்தில் பிறரின் கதைவழியே நானிருப்பதில் உவகைக்கொள்வேன். எல்லோரும் இறுதியில் ஒரு குடும்பத்தின் கதைகளில் ஒன்றாகத்தான் மீந்துநிற்பர். ஒருவரின் மரணம் அவரைத் தாங்கிய உடம்புக்குள் மட்டுமே நிகழ்ந்து முடியும்; அவரைத் தாங்கியக் கதைக்குள் அவருக்கு மரணம் என்ற முடிவு இல்லை. ஆம், மரணத்திலிருந்தும் கதைத் தொடங்கும். சமூகவரலாற்றில் தனியொருவருக்கு மரணமில்லை.

ரேமா வெறும் கதைகூறலாக என்னுள் மீந்துநிற்கும்போது அவளுக்குள் நான் என்னவாக இருக்கிறேன் எனத் தெரியவில்லை. அவளுடைய பயணக் குறிப்பேட்டில் சில பக்கங்களில் நான் பதியப்பட்டிருக்கலாம். எங்கோ ஓரிடத்தில் இப்போது அவளுடைய நினைவுகளில் பயணப்பட்டுக் கொண்டிருக்கலாம். நான் அவளைச் சுமந்துகொண்டிருப்பதைப்போல அவள் என்னைச் சுமந்துத் திரிந்துகொண்டிருக்கலாம். ஒருவருக்கு நினைவுத் தப்பும்வரை தனித்த இருப்பு என்பது இல்லை. மூளைத் தனது இயக்கத்தை நிறுத்தும்வரை இந்தக் கடலலைகள் உறங்காது. ரேமா, எனது நெஞ்சுக்குள் ஓயாமல் ஒலித்துக்கொண்டிருக்கும் உனது ஒற்றைப் பெயரின் கார்வையின் நெரிசலில் தூக்கம் கந்தல் போர்வையென என்னை மூடுகிறது. நடுப்பகல் உறக்கத்தில் மிதக்கும் உனது படர்ந்த முகத்தில் வியர்வை அரும்புகிறது. கடல் புழுக்கம் ஊரையே கசகசக்க வைத்துவிடும். பனைமட்டை விசிறியால் தூங்கிக்கொண்டே விசுறுகிறேன்.

ம

கடலைப்போல ஓயாமல் பேசிக்கொண்டிருப்பவன் என்று என்னை அங்காளன் சொல்கிறான். ஆம், பேசுவதற்கு எதிரில் ஒருவர் இருக்கவேண்டும் என்ற தேவையில்லை. எனக்கு நானே பேசிக்கொள்வதில் குறுக்கீடு செய்ய பிறர் இல்லாதபோது பேச்சின்வழி வன்மம் வெளிப்பட வாய்ப்பில்லை. அரசியல் பேச்சுவார்த்தை உலக வன்முறையை ஒத்திப்போடும். நான் ஓயாமல் பேசிக்கொண்டிருப்பதால் கொலையிலோ தற்கொலையிலோ ஈடுபடும் எண்ணம் விளைவதில்லை என்று அங்காளனிடம் சொன்னேன். தனியொருவருக்குள் ஓயாமல் நிகழும் உரையாடலின் திரண்ட வடிவமே தற்சிந்தனை. பேச்சு வன்செயலை வலுவிழக்கச் செய்யும். பேச்சு ஓயும் புள்ளியில் வன்செயல் முளைக்கிறது. மௌனமே வன்முறையின் பிறப்பிடம்; எனவே, பேச்சு ஓயும்போது

ஓகத்தில் ஒடுங்குகிறேன். முதுகில் ஓடு சுமக்கும் உயிரினங்கள் தம்மைப் பாதுகாக்கத் தம்மில் பதுங்கிக்கொள்வதைப் போல இதுவொரு தற்காப்பு வழிமுறை. நான் யாரிடமும் பேச்சைத் தவிர்ப்பதில்லை. பேச்சின் வழியே மொழியை ஒரு போதைப்பொருளாக மாற்றமுடியும். சொற்கள் துள்ளும் மொழிப்பரப்பின் அடியாழத்தில் சமூக ஒத்திசைவு அமிழ்ந்திருக்கும். பேச்சைத் தவிர்த்தவரால் தான் சார்ந்தச் சமூகத்துடனோ தனது உள்ளவோட்டத்துடனோ ஒன்றமுடியாது. ஒருவரோடு ஒருவரைக் கோர்த்து இணைக்கும் மொழிப்பின்னலே சமூகவெளியை உருவாக்குகிறது. நான் பேச்சால் மட்டுமே மற்றவருடன் இணைகிறேன். தனித்திருக்கும்போதும் பேச்சின் வழியே எதிரிலொருவரை மொழி உருவாக்கிவிடுகிறது. மொழி யாரொருவரையும் தனித்திருக்க விடுவதில்லை. பேசும் உயிரி தனித்திருப்பதில்லை.

எனது அறையின் இடது மூலையிலிருக்கும் அருகன்மேட்டுச் சந்தையில் வாங்கிய குடிநீர் பானையின் மேற்பரப்பில் ரேமா கீறிவைத்திருக்கும் தனது பெயரின் பழைய குறியீட்டு வடிவத்திலிருந்து புதிய எழுத்துகள் கிளர்ந்துப் பரவி குடிலில் நிறைந்திருக்கின்றன. காலத்தொன்மை இமைப்பொழுதில் புதியனவாய்ப் பல்கிப் பெருகுகின்றன. கட்புலனாகா நுண்ணுயிரிகளென அவை காற்றில் இடம்மாறிப் பரவி ஒன்றுடனொன்று கோர்த்து கணந்தோறும் புதுப்புது சொற்களாகி என்னுடன் ஓயாத உரையாடலை நிகழ்த்துகின்றன. தொல்லிசைக் கருவிகளின் சேர்ந்திசையொலி எங்கிருந்தோ காற்றில் மிதந்துவந்து செவிக்கின்பம் சேர்ப்பதுபோல் இந்த உரையாடல் என்னைக் கிளர்ச்சியடையச் செய்கிறது. ரேமா இல்லாத இடத்தில் அவளுடைய பேச்சு இன்னும் தொடர்ந்துகொண்டிருக்கிறது.

தனியொருவன் இல்லாத ஒருத்தியுடன் இரவு பகல் ஓய்ச்சலின்றி பேசிச் சிரிப்பதைப் பிறர் கண்ணுற்றால் என்னைப் பைத்தியம் என்றே சொல்வார்கள் என அங்காளன் சொன்னது நூறு விழுக்காடு உண்மையானது. வாரம் ஒருமுறை மீன் வாங்கப் படகுத் துறைக்கு வருபவன் எட்டிய தூரத்திலிருக்கும் எனது குடிலில் எட்டிப் பார்த்துவிட்டுச் செல்வான். இன்று அந்திக் கள் குடிக்க அவனுடைய தோப்புக்குச் செல்லவேண்டும். புதிய குரங்கு ஒன்று அவனிடம் நட்பாகப் பழகுகிறதாம். நானும், கரைக்கு முட்டையிட வரும் கடலாமை ஒன்றை எனக்குப் பழக்கப்படுத்திக்கொள்ள வேண்டும். கரையேறி சவுக்குத் தோப்பில் முட்டையிட வரும் ஆமைகளில்

ஒன்றை மடக்கிப் பேசிப்பார்க்க வேண்டும். ஊருடன் கூடிவாழ இயலாதவனுக்கு விலங்குகளுடன் பேசிப்பழக இயலுமா? முதுமையடைந்து இறக்கும் இயல்விதி அறியாத ஆமையினம் ஒன்று கடலில் வாழ்கிறதாம். லெமூரிய ஆமைகள் மதகாஸ்கர் தீவிலிருந்து நீந்தி அருகன்மேடு கரையேறி முட்டையிட்டுச் செல்லும் பழக்கம் பல்லாயிரம் ஆண்டுகள் கடந்தும் இன்றும் தொடர்கிறது என்று ஊரில் பேச்சுண்டு. மொழிக்குள் ஓருயிரின் பெயர்ச்சொல் வந்துசேர்ந்த காலத்தைக் கண்டடையவேண்டும்.

கரையில் முட்டையிட்டு கடலுக்குத் திரும்பும் ஆமையொன்றைப் பேசிப்பழகி அதன் முதுகின் மேலோட்டில் நான்கு வரிகள் எழுதி ரேமாவுக்குத் தூது அனுப்பவேண்டும். ஆழிசூழ் உலகமெல்லாம் அலைந்துத் திரியும் அவளுக்கு ஓர் ஆமைவிடு தூது. அவள் பயணப்படும் திசையைக் குறிப்பறிந்து நீந்தியடையும் ஓர் ஆமையை நான் நட்புகொள்ளவேண்டும். ஆமை நீந்திச் செல்லும் திசையைப் பின்தொடர்ந்துச் சென்று புதிய நிலங்களையும் நிலம் வாழ்க் குடிகளையும் உறவுகொண்ட தொல்தமிழரின் கடலறிவை வசப்படுத்தி அந்த ஆமையைப் பயிற்றுவித்து ரேமாவைக் கண்டடைய வழிப்படுத்த வேண்டும். ஆம், புனைவை வரலாறாக வாசிக்கும் துணைக்கண்டத் தீபகற்பத்துக் கிழக்குக் கடலோரத் தொல்குடியைச் சார்ந்த என்னால் வேறு எப்படி என் காதலை முன்னெடுத்துச் செயல்படுத்த முடியும்?

‘பூமியில் நின்று அண்ணாந்து பார்க்கும்போது நிலா ஒரு கவிதையாகத் தெரிகிறது; ஆனால், நிலவு ஒரு பாழ்வெளி என்பதை அங்கு வாழ்ந்து பார்த்து அறிந்தவர் இங்கு ஒருவருமில்லை. அதுபோலத்தான் கடலைப் பற்றிய கடல்சாரா குடிகளின் கற்பிதமும். கடல் ஓர் உப்பு நீர் பாழ்வெளி; அதனுடன் உழன்று வாழும் வலியை மகா காவியங்களில் யாரும் இதுவரை பதிவுசெய்யவில்லை. கடலுக்கு வெளியே கடலைக் கணக்கிட்டு வாழும் தொல்குடியின் தொடர்ச்சி இத்தீபகற்பத்தின் விளிம்பில் நின்று நீர் வெளியைப் பசியோடு நோக்குகிறது. அந்தக் கோடானுகோடி பார்வைகளின் நெரிசலில் எனது பார்வையும் சிக்கி நசுங்கிக்கொண்டிருக்கிறது. முப்பொழுதும் கடல் பற்றிய பிரக்ஞையோடு வாழ்வது ஒருவகையான நோய்த்தன்மையை உள்ளத்தில் வளர்க்கிறது. நீரின்றி அமையாத உலகத்தில் நீரைத் தவிர வேறேதுமின்றி வாழ்தல் எங்கனம்? வாழ்வில் தொடர்ந்து ஏதோவொன்று உடனிருந்தால் அதன்மேல் சலிப்பு உண்டாகிவிடும். தாய் சலிப்புற்று ஒதுக்காத சேய் உலகிலுண்டோ?’

நுரைத்த கள் இரைச்சல் அடங்கும்வரை பேசிக்கொண்டேயிருந்தேன்; அங்காளன் அமைதியாகக் கள் குடித்தபடி கேட்டுக்கொண்டிருந்தான். உள் இரையும் கள் கலயத்தைத் தூக்கிச் செவி பொருத்திக் கேட்டேன்; மொந்தைக்குள் சுருண்ட பாம்பைப் போல இரைந்துகொண்டிருந்தது.

'புளிக்காதக் கள்ளின் நறுமணம் என் அப்பாவை ஞாபகப்படுத்தும். படகுச் செலுத்தவும் கள் குடிக்கவும் அப்பாவால் பழக்கப்படுத்தப்பட்டேன். சுரப்பு அடங்கிக்கொண்டிருக்கும் முதிர்ந்தத் தென்னையில் சேகரமாகும் கால் கலயக் கள்ளின் சுவைக்கு ஈடான வேறொன்றை இதுவரை பருகியதில்லை. உணவும் மருந்தும் கலந்துத் திரிந்த போதை. அப்பாவைப் பற்றிய நினைவுகளில் வளரும் குடிமரபு; பனையும் தென்னையும் செறிந்தத் தீபகற்ப விளிம்பில் வாழ்கிறது. ஓய்ந்தப் பொழுதில் கள் குடிப்பதென்பது காலத்தில் மறைந்த மூதாதையருடன் கலந்து உரையாடுவதைப் போன்றது.'

நான் பேச்சை நிறுத்தியதும் அங்காளன் தொடர்ந்தான்;

"வள்ளா, தென்னையும் பனையும் இன்னும் எத்தனை ஆண்டுகள் இந்த நிலத்தில் நிலைத்திருக்கும்? மரங்கள் அற்றுப்போகும்போது அவை சார்ந்த குடிகளும் மண்ணிலிருந்துத் துடைத்தெறியப்படும். தோப்பு என்பது நகரக் கட்டமைப்பின் விளிம்பில் தப்பி மீந்த காட்டின் எச்சம். உனக்குத் தெரியுமா? எனக்குத் தெரிந்து இத்தோப்பு வடக்கே புதுச்சேரி வரையிலும் தெற்கே கடலூர் வரையிலும் பரந்திருந்த கடலோரக் காடு. ஏரி வறண்டு குட்டையாகச் சுருங்குவதைப்போல இந்தக் காடு வற்றி ஆங்காங்கே சிறுசிறு தோப்பாகத் தேங்கியிருக்கிறது. என் மகன் தலையெடுக்கும்போது இந்த மிச்ச சொச்சம் என்னவாகும் எனத் தெரியவில்லை. புதுச்சேரியின் வாசனை கள்ளால் நிறைந்திருந்தது; பிரெஞ்சுக்காரன் காலத்தில் அது சாராயவாடையாகத் திரிந்துவிட்டது. இந்தத் தோப்பும் கழிமுகமும் அற்றுப்போனால் இங்கு வாழும் குரங்குகள் எங்கே போகும்? வள்ளா, குடிப்பதற்காகப் பத்துத் தென்னைகளைப் பாதுகாப்பாக வளர்த்து ஆளாக்கி அடுத்தத் தலைமுறைக்குக் கையளிக்க வேண்டும்."

அங்காளன் பேசியபடியே குட்டைத் தென்னை ஒன்றின் இரட்டைப் பாளைகளில் கவிழ்க்கப்பட்டிருந்தப் பல்லாக்களை வெறித்தான். வறுத்த நெத்திலிக் கருவாடு மொரமொரப்பாக அவனது உள் தாடைகளைக் கிழித்துக்கொண்டிருந்தது.

'நாடு பெருக்கக் காடு இளைக்கும் என்பதற்கேற்ப இயற்கையை அழித்துச் செயற்கை நிலைக்கும். மாற்றம் ஒன்றே மாறாதது என்பதை மறுக்கும் இயற்கைக்கு மாற்று இயற்கையைத் தவிர வேறில்லை. ஒரு பொழுதில் இருக்கும் கடல் மறு பொழுதில் வேறாகிவிடுகிறது. அலைகள் மட்டும் இல்லை, மொத்தக் கரையும் கணந்தோறும் வெவ்வேறாக மாறியபடியே இருக்கிறது. ஆனால், அலைக்கு பதிலீடு அலை மட்டுமே. மாற்றீடு என்பது இயற்கைக்கு இல்லை. பூமிக்கு வெளியில் எதுவுமில்லை. மிகைக் கற்பனையே அழிவுக்குக் காரணி. நாம் புனைக்கதைகளை நம்பிக்கொண்டு பொருள் இயங்கியலைத் தவிர்க்கிறோம். இயற்கையிலிருந்து வெளியேறும் சமூகம் தற்சிதைவை எதிர்கொள்ளும். கடல் காற்று என்னைத் தொடவேண்டும், கடல் கண்ணில் படவேண்டும், கடலோசை காதில் விழவேண்டும், கடல் எனக்கு உணவாக வேண்டும், கடலின் பேரலை எனது முகுளம் நொறுக்க வேண்டும், எனது உடல் குதறப்பட்டு மீன்களுக்கு உணவாக வேண்டும். கடலால் உருத்திரண்ட நான் அந்தக் கடலுக்கே உணவாக வேண்டும். கடலைத் தாண்டி என்னால் உயிர் நிலைக்க முடியாது. நண்பா, நம் உடம்பிற்கு இயற்கையாக நேரும் மரணம்தான் நமக்கு நாமே செய்துகொள்ளும் ஆகப்பெரிய மரியாதை. பிறப்பிலிருந்து இறப்புவரை பிரிதோர் உடம்பை மதித்துப் பேணினால் தன் உடம்பு தானே வளரும் என்பது முதுமொழி.'

பேசி முடித்து நிதானமாகக் குடித்தேன். நான் நெத்திலியைத் தொடவில்லை. அங்காளன் வெற்றுக் கலயங்களை எட்டியிருந்த மரத்தடியில் வைத்துவிட்டு நிரப்பப்பட்ட இரண்டு மொந்தைகளைக் கொண்டுவந்து கீழே சிந்தாமல் வைத்தான். கள்ளில் மிதந்த தென்னம் பூக்களை வெளியிலெடுத்துப் போட்டான். ஒரு வாய்க் குடித்து நெத்திலியை மென்றுகொண்டே ஒவ்வொரு சொல்லாகப் பேசினான்;

"அறம் இயற்கைக்கு இல்லை; செயற்கையின் அழகியலே அறம் ஆகும். அறம் என்பது என்னவென்று வரையறுப்பதே அரசியல்; இது இனம், நிலம், மொழி சார்ந்து வேறுபடும். ஒரே தந்தைக்கும் தாய்க்கும் பிறந்த ஒரே பால் தன்மைகொண்ட இருவர் எதிரெதிர் நிலைகளில் நின்று ஒருவரையொருவர் கொன்றுகொள்ள முற்படும்போது அறம் என்னும் கருதுகோளைப் பொதுவில் வைப்பது இயலாததாகிறது. போதாமையே சமூக வன்முறைக்கு மூலக்காரணியாகிறது. இயற்கை மீது செலுத்தப்படும் வன்முறைக்கு உலக உயிரினங்களில் மனித விலங்கே முழுமுதற் காரணியாகிறது.

ரமேஷ் பிரேதன்

வள்ளா, காலத்தின் போக்கில் அதன் நேர்க்கோட்டுத் தன்மையில் நான் இயங்குகிறேன். நீயோ நிகழ்காலத்தின் போதாமையால் உன்னைத் தரிக்க இயலாமல் முக்காலங்களிலும் முன்னும் பின்னும் கலைத்துப்போட்டு வைத்திருக்கிறாய். இப்படியே போனால் நாளடைவில் உன்னைக் கோர்த்துப் பொருள்கொள்ள உனக்கே இயலாமல்போகும். ஏன் நீ தனித்திருக்கிறாய்? உனக்கு வாழ்க்கையில் உடன் தொடர எதிர் பால் இருப்பு வேண்டும். ரேமாவுடன் இருந்த நாட்களில் மகிழ்ச்சியோடு இருந்தாய். இன்று வெறுமையாய் உன்னை வைத்திருக்கிறாய். உன்னை நீ வெற்றிடமாக வைத்திருப்பதே உன்மீது நீ செலுத்தும் ஆகப்பெரிய வன்முறை; அதைத் தாளமுடியாதபோது பிறவற்றின் மீது மடைமாற்றிவிடுகிறாய். இயற்கையுடன் இயைந்த வாழ்வு என்பது உனது உடம்புடன் நூறு விழுக்காடு நீ பொருந்திப்போவதில் அமைகிறது. இந்தப் பிறப்பில் நீயே உனக்கு முதலும் முடிவுமாக இருப்பதால், தனித்திருப்பதிலிருந்தே நீ செலுத்தும் வன்முறை உன்னிலிருந்துத் தொடங்கி பிறவற்றின் மீது வழிகிறது.''

'அம்மா அப்பா இறந்ததிலிருந்தே தனித்துவிடப்பட்டேன். கடலோரத்திலிருந்து இந்த வாழ்க்கை என்னை அப்புறப்படுத்தும்வரை இப்படியே இருந்துவிடுவேன். குடிவழி உறவுகளைத் தாண்டி குருதிவழி உறவு என்று எதுவுமில்லை. அருகன்மேட்டைத் தேடி ரேமா வந்தாள். அங்கு, மிச்சம் மீதி இடிபாடுகளைப் பார்த்தாள். தோண்டி எடுத்தப் புதைப் படிவம்போல என்னைத் தொட்டுச் சிலிர்த்தாள். நட்டு வைத்த முருங்கைக் கிளை கணுத் துளிர்த்ததுபோல அடர்ந்துத் தழைத்தேன். அந்த நாளும் வந்தது; பயணத் திட்டப்படி கப்பலேறிவிட்டாள். அருகன்மேட்டில் அவள் கண்டெடுத்தத் தொல்லெழுத்துக் கீறப்பட்டப் பானையோட்டைத் தன் நினைவுப் பொருளாகக் கொடுத்துவிட்டுச் சென்றாள். அது, என் நிலத்திலிருந்து என்னைத் தோண்டியெடுத்து எனக்கே கொடுத்துவிட்டுச் சென்றதைப்போல இருக்கிறது. அந்தப் பானையோட்டின் கதையை எழுதிப்பார்க்கலாம் என்ற எண்ணமும் எனக்கிருக்கிறது. அந்த ஓட்டில் கீறப்பட்டிருக்கும் ஓரெழுத்தாலான ஒரு சொல்லிலிருந்து அந்தப் பானையின் கதையை வரைந்தெடுப்பதின் வழியே என் கதையை எழுதிச் செல்லும் திட்டமும் உண்டு. அங்காளா, நான் மகிழ்ச்சியாகத்தான் இருக்கிறேன். என் வாழ்க்கை திட்டமிடப்பட்டது. முன்கூட்டித் திட்டமிடாமல் எந்த மீனவனும் கடலில் இறங்குவதில்லை. பேரரசன் இராசராசன் கட்டமைத்த கடற்படையை வழி நடத்தியது மீனவத் தொல்குடி நண்பா. வெறுமையும் சொர்வும்

எங்கள் குல இழுக்கு. நான் கடலாலானவன், கலங்கமாட்டேன். இழுத்துக் கட்டப்பட்டப் பாயைக் காற்று உந்தித் தள்ள நீள் கலம் அலையைக் கிழித்துக் கரையேகும். இந்தக் கடல் எங்கிருந்தோ ரேமாவைக் கொண்டுவந்ததைப் போல நாளை யாரோ ஒருத்தியை எங்கிருந்தோ கொண்டுவந்து என்னிடம் கரைச் சேர்க்கலாம். இல்லாத கடல்கன்னி எனது வலையில் சிக்கினால், அவளை எனது குடிலுக்கு அழைத்துவந்து என்ன செய்வது? ஆம், நண்பா, மிகுக் கற்பனையைப் போல இந்த வாழ்க்கையில் அபத்தத்தைக் கொண்டுசேர்க்கும் வேறொன்று இல்லை. முதலில் என்னை நன்கு பத்திரப்படுத்த வேண்டும். பிறகு, பொறுப்பாக என்னைச் செலவுசெய்ய வேண்டும். இந்தப் பட்டினத்தில் என்னைச் சுற்றி ஒரு கூட்டத்தைக் கூட்டி நிற்கவைப்பது எளிய செயல். அந்தக் கூட்டத்தால் எனக்கு ஆகப்போவது ஒன்றுமில்லை. எனது எளிய ஆசை, கடல் இருக்கும்வரை நானும் இருப்பதே. சிரிக்காதே, கள்ளும் கருவாடும் மூக்கில் ஏறிவிடும்.'

5

மழைக்காலக் கடல், முழுக்க நனைந்து ஈரமாகயிருக்கும். அதனிடமிருந்து குடிகள் விலகியே இருப்பார்கள். நனைந்தக் கரை மணலில் அழகுத் தங்காது. சுவடு பதித்து நடப்பதைத் தவிர்த்து குடிலுக்குள்ளேயே அடைந்துக் கிடப்பேன். கடலைப் பார்க்க மழையில் நனைந்தக் கோழியைப்போல இருக்கும். உள் நிலத்து மழையைவிட நெய்தல் மழையில் மனிதக் கலவியின் அடர்தியான நெடி குப்பத்திற்குள் குமையும். மாறுபடும் ஒவ்வொரு பருவத்தின் தன்மைக்கேற்ப கடல்சார் ஊருக்குள் மனிதப் பழக்க வழக்கங்களிலும் மாற்றம் தெரியும். திணைக்கேற்ப மழையின் வாடையும் மாறுபடும். இரண்டு உடம்புகளுக்கிடையில் புழங்கும் காற்றில் மழையீரம் நசநசத்து மனித உறவுகளை இறுக்கிச் சேர்க்கும். எனது குடிலை நனைக்கும் மழைக்கு ரேமாவின் வாசனை. நினைவுத் தெரிந்த நாளிலிருந்து நான் அழுததில்லை. இந்த மழை ஏனோ என்னை அனாதரவாக உணரச் செய்கிறது. கடந்த ஆண்டின் மழை நாளில் ரேமா உடனிருந்தாள். மழையில் நனைவது அழகு; அதிலும் ஆணும் பெண்ணும் சேர்ந்து நனைவது அழகிலும் அழகு. புணர்தலின் இயங்கியல் மழையை ஒத்ததாக இருக்கவேண்டும்; தூறலில் தொடங்கி சடசடவென வலுத்துப் பேய்ச் சிரிப்பெனக் கொட்டித் தீர்க்கவேண்டும். ஆண்டுக்கு ஒருமுறை ரேமாவைப் போல ஓர் அதிசயம் எனது குடிலுக்குள் எழுந்தருள வேண்டும்.

நேற்று பிற்பகல் தொடங்கிய மழை இன்றைய நடுப்பகலைக் கடந்தும் பெய்துகொண்டிருக்கிறது. சாளரத்தின் வழியே கடலைப் பார்க்க, மேலிருந்து விழும் அழுத்தத்தில் அடங்கி ஒடுங்கி இருக்கிறது. இந்த மழை அருகன்மேட்டுப் புதையுண்ட நகரத்தின் ஆவிகளைக் கிளர்ந்தெழச் செய்துவிடும் ஆற்றலைப் பெறநேர்ந்தால், அவை வரலாற்றின் புதியத் தடயங்களை வெளிக்கொணரலாம். அங்குத் தோண்டி எடுத்த முதுமக்கள் தாழியில் நிரம்பிய மழையில் நீந்தியத் தலைப்பிரட்டைகள் எனது மண்டைக்குள்ளிருந்து காதுகள்

வழியே வெளியேறி தவளைகளாகப் பரிணமித்துக் குடிலெங்கும் தத்துகின்றன. மனிதரைத் தவிர இந்தப் பூமியில் எல்லாமே பழையவை. மனிதர் ஒவ்வொரு நாளும் தம்மைப் புதுப்பித்துக்கொண்டே இருக்கிறார். உலக உயிரினங்களில் முடிவில்லா கதைகூறலைத் தொடர்ந்துப் புதுப்பித்தலின் வழியே வரலாறு என்ற ஒன்றைக் கட்டமைப்பது மனிதவுயிரியே. அம்மாவின் கருமுட்டையைத் துளைத்தத் தலைப்பிரட்டையிலிருந்து எனது கதைத் தொடங்கவில்லை; மாறாக, வெளியில் விழுந்துத் தத்தித் தாவியத் தவளை எழுப்பும் ஒலியிலிருந்தேத் தொடங்குகிறது.

சென்ற ஆண்டு மழையில் நனைந்தபடி ரேமா வந்தாள். கையோடு ஒயின் பாட்டிலொன்றைக் கொண்டுவந்திருந்தாள். தென்னை, பனை இவை தரும் கள்ளைத் தவிர வேறு மதுவைப் பருகும் பழக்கம் எனக்கில்லை என்பது அவளுக்குத் தெரியாது. பேச்சினூடாக மிச்சம் வைக்காமல் குடித்து முடித்தாள். மதுவைவிட அதைப் பருகித் தோய்ந்த உதடுகளே போதைக்கு உகந்தவை. அவள் உடம்பின் நரம்புகள் வழியே போதைப் பயணித்தத் தடங்களில் முத்தத்தால் பின்தொடர்ந்தேன். அட்டைப் பூச்சி தசையில் ஒட்டிக் குருதியை உறிஞ்சிப் பருப்பதைப்போல என்னுள் போதையேறி உச்சி மண்டையைப் பொத்து மழை சொட்டுச் சொட்டாய் ஒழுகியது. எனக்குள் நிரம்பிய மழை ஐம்புலன்களில் முட்டிக்கொண்டு கனத்தது. மடைத் திறக்காவிடில் மொத்தக் கொள்கலமும் வெடித்துச் சிதறிவிடும். எனது தவிப்பைச் சுகித்தவள், சிந்தாமல் சிதறாமல் மொத்தமாக உள்வாங்கிக் கொண்டாள். நான் வெற்றாய் மீந்தேன். அவளுடைய போதை தட்டையாக இருக்க; என்னுடைய போதையின் பரிமாணம் பல்கிப் பெருகியபடியே இருந்தது. அதிகாலை நான் தூக்கத்திலிருக்கும்போது வெளியேறிவிட்டிருக்கிறாள். அன்றையப் பகலெல்லாம் மழைவிட்ட வானமாக வெளிறிக்கிடந்தேன்.

ஆம், மழைவிட்ட வானம் நிலத்துடன் புணர்ந்தக் களைப்புடன் அயர்ந்துக் கிடந்தது. சாளரத்தில் நின்று கடலைப் பார்த்தேன். அலைகளின் சிறுசிறு நடுக்கம். கரையில் நின்றபடி கடலை ஒருவன் வெறித்துக்கொண்டிருந்தான். ஈர ஆடை உடம்பில் ஒட்டியிருந்தது. கடலை வெறித்தபடி தனியொருவன் நிற்பதைப் பார்க்க, ஒவ்வொரு முறையும் என்னையே எதிரில் நிறுத்திப் பார்ப்பதைப்போல இருக்கும். உள் நிலத்திலிருந்து வெளியேறும் தனியர்களும் பைத்தியங்களும் கடலோரம் ஒதுங்குவது இயற்கை வழமை. இப்படிப்பட்டவர்களிடம் வழக்கத்திற்கு மாறான கதை ஒன்று

இருக்கும். ஆனால், அக்கதையை அவர்களால் ஒருங்கமைத்து விவரிக்க முடியாது. நாமே கொண்டுக்கூட்டி விளங்கிக்கொள்ள வேண்டும். நான் அவனை நெருங்கினேன். மழிக்காத முகம். சடைத்துத் திரிந்த அடர்த்தியானத் தலைமுடி. உடம்பிலிருந்து மழையூறிய அழுக்கு நெடி. நீண்ட விரல் நகங்களால் கடல் மீதுப் படியும் வானைக் கிழித்துக்கொண்டிருந்தான். என்னைக் கண்டதும் தன் செய்கையை நிறுத்திக்கொண்டான். கண்களைச் சுற்றிய கருமை வளையம் பெண் சாயலைத் தந்தது. உடம்பின் நிறம் ஃப்ராங்கோ தமிழன் என்பதை எளிதாக வெளிப்படுத்தியது. நான் எதுவும் கேட்காமலேயே சொன்னான்;

"அம்மனைப் பார்க்க வந்தேன். தொடரும் மழையால் கோவில் கதவடைத்துக் கிடக்கிறது. தேரடியில் நின்றுகொண்டிருந்தேன். ஒருத்தி அவித்த மரவள்ளிக் கிழங்குத் தந்தாள். மறுத்தேன். கைகளில் திணித்துவிட்டுச் சென்றாள். பார்க்க, அம்மனைப் போலவே இருந்தாள்."

என்னைப் பார்க்காமல் கடலைப் பார்த்தபடி பேசினான். உறுதியாகச் சொல்வேன், அவன் என்னிடம் பேசவில்லை. கடலிடமும் பேசவில்லை; என்னைப் போலவே தனக்குத்தானே பேசிக்கொண்டான். தான் சொல்வதைக் கேட்க அவனுக்கு அவனே போதுமானதாக இருந்தான். என்னைப் பார்த்து "கடலில் குளிக்கலாமா?" எனக் கேட்டான். 'கடல் சுரப்பாக இருக்கிறது' என்றேன். நான் சொல்வதை உள்வாங்கவில்லை. கடலிடம் எதையோ முனுமுனுத்துச் சிரித்தான். அருகில் நான் நிற்பதை அதற்குள் மறந்துவிட்டான். அவனது உள்ளத்தில் ஒரு கணம் படிந்து மறுகணம் கலையும் தன்மையதாய் என் பிம்பம் காட்சியுறுகிறது போலும்.

"எத்தனைமுறை சாவது; எத்தனைமுறை உயிர்த்தெழுவது? ஒரேயொருமுறை உயிர்த்தெழுந்தவனைக் கொண்டாடும் நீ, நூறுமுறை உயிர்த்தெழுந்த என்னைக் கண்டுகொள்வதில்லை. ஒவ்வொருமுறையும் செத்து உயிர்த்தெழுந்ததும் அம்மனைப் பார்க்கத்தான் ஓடோடி வருகிறேன். இதே கரையோரம் நடந்தால் வேளாங்கண்ணி எதிர்ப்படுவாள். எனக்கு அவளைப் பிடிக்காது. என்னைப் பெற்றவளைப் போலவே ஒரு வெள்ளைக்காரி. இவள்தான் எனது ஊர்க்காரி. கறுப்பி. நான் கறுப்பிக்கும் வெள்ளைச்சிக்கும் இடையே அங்குமிங்கும் ஓடிச் செத்துச் செத்துப் பிழைக்கிறேன். கடலில் செத்தவர் மீண்டும் உயிர்த்தெழுவார். அமிகோ, நான் வீராம்பட்டினக் கடலில் விழுந்துச் செத்தால்,

60 அருகன்மேடு

வேளாங்கண்ணிக் குப்பத்தில் கரையொதுங்கி உயிர்த்தெழுவேன். இறப்பிற்கும் உயிர்ப்பிற்குமிடையே ஒரு முழ தூரம்; அண்ணாந்துப் பார்க்க இரண்டு விண்மீன்களுக்கு நடுவிலுள்ள இடைவெளி. இமைக்கும் பொழுதில் இருட்டும் வெளிச்சமும் வந்துபோகின்றன. மரணம் எனக்குத் தேவையற்ற நிகழ்வு."

பேச்சை நிறுத்தி அமைதியானான். குழிவிழுந்தக் கண்களில் பல நாள் பட்டினி. குனிந்து, கடலை அள்ளிக் குடித்தான். மரவள்ளிக் கிழங்கின் ஏப்பம். அவன் கடலுக்குள் இறங்கினான். நீரில் நடக்க, கால் முட்டிவரைப் புதைந்திருந்தான், அலையில்லா கடல். இடுப்புவரைப் புதைந்திருந்தான். என்னைத் திரும்பிப் பார்த்தான்; கழுத்துவரையில் நீண்டு சடைவிழுந்த மயிர். தேவதூதனின் சாயல். மார்புவரைப் புதைந்துவிட்டான். கீழ்வானம் மீண்டும் இருட்டிக்கொண்டு வந்தது. அவனை நோக்கினேன்; தலை மட்டும் பனங்காயைப் போல மிதந்தது. கீழ்வான் இருட்டு கடலில் படர்ந்தது. தலை மிதந்த இடத்தில் எதுவும் இல்லை. குடிலுக்குத் திரும்பினேன். மழை மீண்டும் உயிர்த்துச் சடசடத்தது. நிலைக்கண்ணாடியில் முகம் பார்த்தேன்; ஒரு கணம் மூழ்கியவன் முகம் தோன்றி மறைந்தது.

ω

ஊருக்கு விளிம்பில் ஆள் நடமாட்டம் குறைந்த கரையோரச் சவுக்குத் தோப்பில் படுத்திருந்தேன். அன்று கடல் மாதவிலக்குப் பெண்ணைப்போல ஓய்ந்திருந்தது. கொழுப்பேறிய கானாங்கெளுத்தியின் கவிச்சைக் குமைந்தது. தூமை ஒழுகும் கடல் இப்படித்தான் கலங்கியிருக்கும். உப்பின் வெப்பமும் நீரின் குமைச்சலும் கலந்த காற்று அசையாமல் தேங்கித் ததும்பியது. முகத்தில் பிசுப்பிசுப்புப் படிந்தது. குடிலுக்குத் திரும்பிச் செல்லவும் அசதியாக இருந்தது. பேச்சுத் துணைக்குக்கூட யாருமில்லா வெறுமை. இது கடலின் வெறுமை; மெல்லக் கரையேறி குடிகளைச் சூழும்; அதன் குணநலனுக்கேற்ப குடிகளின் மனநிலைகளிலும் மாற்றம் நிகழும். கடல் என்னை நிலை மாற்றி அதன் போக்கிற்குக் கலைத்து அடுக்கும் மேளாண்மையிலிருந்து விடுபட்டு நிற்க இயன்றதில்லை. கடலின் ஈர்ப்பு என்னைத் தனக்குள் வைத்து ஆதிக்கம் செய்கிறது. இயற்கையின் ஆதிக்கத்திற்கு அடிப்பணிவதே உயிர்மை இயல்பு.

உதிர்ந்துக் கிடக்கும் சவுக்கு இலைப் பரப்பின் மேலாக ஊர்ந்துச் செல்லும் சாரைப்பாம்பைப் போல என்மீது மாலை வெயில் கடந்து

ரமேஷ் பிரேதன்

இள இருள் நகர்ந்தது. உச்சியில் முட்டைகள் பொரிந்து மீன்குஞ்சுகள் நீந்தத் துவங்கின. காலத்தில் ஒருநாளும் கலைந்துபோகாத விண்மீன் மாப்பு. கடலுடன் ஒன்றி தனித்துக் கிடப்பவனுக்கு எங்கிருந்தேனும் நாள்தோறும் கதையொன்று வந்து சேரும். அந்தக் கதை வழியே ஓர் உறவு அவனைத் தொட்டுப் பேசித் தொடரும். தொடக்கத்தையும் முடிவையும் அறுதியிட்டவர்க்கே வாழ்க்கை சலித்துப் போகும். ஒன்றில் நிலைத்தரிக்காத அறிவின் நாடோடித் தன்மையே என்னை இன்புற்றிருக்கச் செய்கிறது. உடம்பால் அடைபட்டாலும் உள்ளத்தால் வெளியேறும் புதிர்வழிகளை எனக்கென்று தனியாக வகுத்துக்கொண்டவன். கடலைத் தேடிவந்துத் தற்கொலைச் செய்துகொள்பவர்களை அடிக்கடி எதிர்க்கொள்கிறேன். கரையில் நிற்கும் என்னிடம் ஒரு கதையை விட்டுச் செல்கிறார்கள். அந்தக் கதைகள் என்னை மாற்றியமைக்கின்றன. எனது மனநூலகத்தில் ஏதோவோர் அடுக்கில் அவற்றிலொன்று இடம்பிடித்துவிடுகிறது.

என் கண்முன்னே தற்கொலைச் செய்துகொள்பவர்களை நான் தடுப்பதில்லை. அவர்களின் கதையை மாற்றி எழுதவோ அல்லது வழிநடத்தவோ நான் யார்? கொலையைத் தடுத்திருக்கிறேன்; இடையில் புகுந்து குத்துப்பட்டுமிருக்கிறேன். கொலையில் தலையிட எனக்கு உரிமை இருக்கிறது; தற்கொலை என்னும் தன்விருப்பத்தில் தலையிட அந்த உரிமை இல்லை; அந்நிகழ்வில் இடைப்புகுந்துத் தடுப்பதை அநாகரிகமாகக் கருதுகிறேன். கொலை ஒரு சமூக நிகழ்வு; தற்கொலை ஒரு எதிர்ச்சமூக நிகழ்வு. யாருடைய அரசியலுக்குள்ளும் நானொரு நிகழ்வாக விரும்புவதில்லை. நேற்று, கழுதைக்குத் தெரியுமா கற்பூர வாசனை என்று அங்காளன் கேட்டான். நான் பதிலுக்கு, கடவுளுக்குத் தெரியுமா அந்தக் கற்பூர வாசனை எனக் கேட்டேன். எனது குடிலிலிருந்து மௌனமாக வெளியேறிவிட்டான். சொற்களின் திருகல் சிலசமயம் ஆயுதமாகி விடுகின்றன. வெளியில் நிற்பவனுக்குக் கடவுள், தேவையற்ற இருப்பு. நாளை அவனுடைய வீட்டிற்குச் செல்லவேண்டும்.

ω

அங்காளன் வீட்டில் இல்லை. அவனைத் தேடி தென்னந்தோப்பிற்குச் சென்றேன். தோப்பில் ஆங்காங்கே மழை நீர் தேங்கியிருந்தது. பணியாளர்கள் அங்குமிங்கும் விழுந்துக்கிடந்த மட்டைகளை ஓரிடத்தில் இழுத்துப் போட்டும் தேங்காய்களை ஒரு கொட்டகைக்குள் பொறுக்கிப் போட்டும் குவித்தார்கள். கொட்டகைக்குள்ளிருந்து வெளிவந்த அங்காளன் வெள்ளை

வேட்டிச் சட்டையில் பளீரெனச் சிரித்தான். அவனை உரசி நின்றக் குரங்கு என்னைத் திருதிருவென்று பார்த்தது. குரங்குகளை நட்புக்கொள்ளும் அவனது இயல்பு விந்தையானது. சக மனிதர்களிடமே பழகத் தெரியாத எனக்கு விலங்குகளிடம் நட்புப் பாராட்டுவதைக் காண வியப்பாக இருக்கிறது.

நான் சிறுவனாக இருந்தபோது பூனை வளர்த்தேன்; வளர்ந்துக் கொழுத்த அதை ஊருக்குள் நுழைந்த குறவன் தனது குடும்பத்திற்கு ஒருவேளை உணவாக்கிக்கொண்டான். பிறகு, ஒரு பச்சைக்கிளியைக் கூண்டில் அடைத்து வளர்த்தேன்; முனைகள் வெட்டப்பட்ட சிறகுகள் வளர்ந்ததும் கதவைத் திறந்து பறக்கவிட்டேன். குட்டியிலிருந்தே என்னிடம் பழக மறுத்து வளர்ந்த நாய் ஒருநாள் என்னைப் பகைத்துக்கொண்டு வீட்டைவிட்டு ஓடிவிட்டது. நான் வளர்த்த எல்லாமே பெண் விலங்குகள். உயிரினத்தில் பெண்பால் அனைத்தும் என்னை விலக்கியே வைத்திருக்கின்றன. இருட்டியதும் ஊருக்கு வெளியே திரியும் இரண்டொரு பெண் பேய்கள் என்னைக் கண்டதும் மருண்டு புளியமரத்தில் ஏறிப் பதுங்கும். பெண் பேய்களால் விரும்பப்படுபவனே பாக்கியவான் என்று மூத்தோர் சொல்லக் கேட்டிருக்கிறேன்.

அங்காளனின் குரங்கு தேவையில்லாமல் என்னைப் பார்த்துப் பார்த்து மருண்டது. நான் அதைப் பார்ப்பதைத் தவிர்தேன்.

'விலங்குகளைத் தின்ன மட்டுமே தெரியும், பழகத்தெரியாது' என்றேன். வாய்விட்டுச் சிரித்தான்.

"கடல்கன்னி கிடைத்தால் கருவாடுபோட்டுத் தின்னும் பயலடா நீ" எனச் சொல்லிச் சிரித்தான். நானும் சிரித்துக்கொண்டேன்.

'செங்கழுநீராள் போன்ற குலதெய்வங்களையும் ரேமா போன்ற தேவதைகளையும் வழிபட்டு ஒழுகும் இயல்பினன் வேறு எப்படி இருப்பான்? ஆறு ஊர்களுக்கிடையே ஓடிவருவது; கடல் எல்லா நிலத்திலும் ஊருக்கு வெளியே நிற்பது. வீட்டுக்குள் ஆறு ஒரு பானையிலிருக்கும்; கடலோ கரைத் தாண்டாமல் ஒரு கோட்டுக்கு வெளியே நிற்கும். நான் கடலைப்போல ஊருடன் கூடி வாழத்தெரியாதவன். ஆறைப்போலக் குடியுடன் இரண்டறக் கலக்கத் தெரியாதவனுக்கு இந்தச் சமூக இயங்கியல் வசப்படுவதே இல்லை. அங்கா, நீ ஆறாலானவன்; நான் கடலாலானவன். அவற்றின் நீரைப்போல நீயும் நானும் மாறுபட்டவர்கள். உள்ளடக்கத்தில் ஒன்றை மற்றொன்று முரணுவதே அணுவின் இயங்கியல். ஒரு கால்

மற்றொரு காலை முந்தும்போதுதான் நம்மால் நடக்கமுடிகிறது. இரண்டின் இயக்க மாறுபாட்டின் விதியே நடையைச் செயல்படுத்துகிறது. அங்கா, உலகப் பெருமதங்கள் கடவுளை ஆணாக உருவகப்படுத்தியதிலிருந்தே ஆணாதிக்கம் கருக்கொள்கிறது. ஆண் – பெண் என்னும் உயிரியல் முரணே சமூக இயங்கியலைக் கட்டமைக்கிறது. அங்கா, இன்று பிற்பகல் இன்னொருவனைச் சேர்த்துக்கொண்டு கடலுக்குப் போகிறேன். நாளை விடியலில் கரையேறுவோம். நாளை மாலை உன்னைச் சந்திக்கிறேன். இதைச் சொல்லத்தான் வந்தேன்.' அங்காளன் என்னைத் தழுவி வழியனுப்பினான்.

ம

வலைகளை மூட்டையாகக் கட்டிக்கொண்டு, கட்டுமரம் கொஞ்ச தூரம் சென்றதும் பாயை இழுத்துக் கட்டினோம். படிப்படியாகக் குறையும் அலைகளைக் கிழித்துக்கொண்டு மேல்காற்றில் பாய்மரம் வடகிழக்கில் ஏகியது. மேல்நோக்கிய ஆழத்தில் முதல் விண்மீன் சிமிட்டியது. நடுக்கடலில், விண்மீன் இரவில், முடிந்த மழையில், மிச்சமிருக்கும் ஈரக்காற்றில், உள்ளம் குளிர்ந்தது. உள்ளம் விழையும் எல்லாம் உடம்புக்குக் கிடைக்கும்போது எளியவன் தன்னை ஓர் அற்புதனாக உணர்கிறான். கடலுக்குள் இருக்கும்போது தன்னைக் கடந்தவனாகவும் நிலத்துக்குள் இருக்கும்போது தனக்குள் அடைபட்டவனாகவும் உணர்கிறான். காற்று மோதி அதிரும் பாயின் நடுக்கம் உடம்பின் நரம்புகளில் ஊடுருவுகிறது. எங்கிருந்தோ வரும் ரேமாவின் வாசனை என் உயிர்மூச்சை இடறுகிறது. எந்தவொன்றிலிருந்தும் என்னால் விடுபட்டு நிலைக்க முடியாது. உள்ளமும் உடம்பும் வெவ்வேறு திசைகளில் பிரிந்தே இயங்குகின்றன. வரலாற்றில் புதையுண்டவர்களின் ஆவிகள் கிளர்ந்தெழுந்து நிலத்தில் என்னைப் பின்தொடர்கின்றன. நீரில் அவை என்னை நெருங்குவதில்லை. நிலத்தைவிட நீரில் என்னைப் பாதுகாப்பாக உணர்கிறேன். மனிதர் என்னும் நிலம்வாழ் உயிரினத்திலிருந்து என்னை முற்றாகத் தொடர்பறுத்து நீர்வாழ் உயிரினத்துடன் இணைத்துக்கொண்டால் என்ன? நிலத்தில் அடைப்படுபவன் கடலில் விடுதலையடைகிறான். உடன் வருபவனை அடுத்தவர் படகில் ஏற்றி கரைக்கு அனுப்பிவிட்டு இங்கிருந்து இப்படியே தொலைந்துப்போனால் என்ன? கரையில் எனக்காகக் காத்திருப்பவர் யார்? கடலில் மணக்கும் ரேமாவின் வாசனைதான் என் போக்கைத் திசைமாற்றிவிடுகிறது. உடன் வந்திருப்பவனின் வாழ்க்கை நீந்தும் மீனில் இருக்கிறது; என்

வாழ்க்கை எங்கு, எதில் இருக்கிறது? உடம்பு இங்கும் உள்ளம் அங்கும் இருக்கின்றன. உடம்புடன் உள்ளம் ஒன்றுவதே மனிதருக்கு விடுதலை. உடம்பும் உள்ளமும் ஒரே புள்ளியில் அற்றுப்போவதும் விடுதலைதான்; அது மரணம் என்னும் முற்றுப்புள்ளி.

தீபகற்பத்தின் கிழக்குக் கடலோர வரலாற்றில் புதையுண்ட பண்டைய நகரத்தின் மீது எனது குடில் அமைந்திருக்கிறது. பகலில் குடிலிலிருந்து வெளியேறி ஊருக்குள் சுற்றிவந்தால் கோயில் குளத்தைச் சுற்றிய நான்கு வீதிகளைக் கடந்து வேறு குடியிருப்பு இல்லை; ஆனால், இரவுகளில் நடக்க நடக்க தெருக்கள் குறுக்கும் நெடுக்குமாக வளர்கின்றன. அவற்றில் ஆளில்லாதக் கட்டடங்கள். அவை, செவ்வக வடிவில் வளர்ந்து உயர்ந்து நிற்கும் கல்லறைகள். வீட்டு வாசல்களில் நடப்பட்ட விளக்குக் கம்பங்கள், தூறலில் நனைந்து உச்சியில் நின்ற தீப்பந்தங்கள் அணைந்து விட்டிருக்கின்றன. ஊரில் தெருக்கள் மட்டுமே வெற்றிடங்களாக சமைந்த புதிர்ப் பாட்டைகளில் நடக்கிறேன். இங்கு யாருமே இல்லை. குடிகளால் ஊர் கைவிடப்பட்டதா? அன்றி, குடிகளைப் பேரலைகள் வாரிச்சுருட்டி கடலுக்குள் இழுத்துக்கொண்டனவா? மங்கிய இருள். இந்த ஈரம் சற்றுமுன் பெய்தத் தூறலால் வந்ததில்லை; இது ஈராயிரமாண்டுகளுக்கு முன் பெய்த மழையின் ஈரம்; இன்னும் காயவில்லை. நானும் அதே ஈராயிரமாண்டு கால இடைவெளியில் கட்டமைந்தப் புதிர்வட்டப்பாதையில் சிக்கி வெளியேற முடியாமல் ஒற்றைப் புள்ளியில் அடைபட்டுச் சுழல்கிறேனோ? எனது குடிலுக்குத் திரும்பும் திசையில் புதியப் புதியப் பாதைகள் வளர்கின்றன. அவற்றில் முளைத்தக் கட்டடங்களிலும் ஆளரவமில்லை. புதிதாக உருவான புதுச்சேரி நகரத்தின் கலங்கரை விளக்கின் ஒளி அருகன் பட்டினத்தின் மீதுப் படர்கிறது. ஒருகண வெளிச்சத்தில் ஆங்காங்கே உச்சித் தளங்களில் நின்று சில எலும்புக்கூடுகள் என்னைப் பார்க்கின்றன. பின்புறமிருந்து எனது இடத்தோளை யாரோ தொட்டு இழுக்க, திகைத்து நின்று திரும்பிப் பார்க்கிறேன். இருட்டில், வெளிச்சம் விளிம்புத் தாண்டிக் கசியாதச் சுடர்போல ரேமாவின் முகம் மட்டும் துலங்குகிறது;

“வள்ளா, இந்தக் காலத்திற்குள் நீ எப்படி நுழைந்தாய்? உனக்கு அனுமதி எப்படிக் கிடைத்தது? இதிலிருந்து வெளியேறிவிடு. தூரத்திலிருக்கும் கோயில் கோபுரத்தில் கலங்கரை வெளிச்சம் சுழன்று மோதி, நீ இருக்கும் இடத்தை அடையாளமிடுகிறது. அந்தக் கோபுரத்தை நோக்கிப் போ. அங்கிருந்து உனது குடிலுக்கும் காலத்திற்கும் போய்ச் சேருவாய். உனது அறிதலுக்கு அப்பால் நீ

இருக்கிறாய். உனக்குத் தெரியாமலேயே இந்தக் காலத்திற்குள் நுழைந்து என்னைத் தேடிக்கொண்டிருக்கிறாய். என்னைத்தான் தேடுகிறாய் என்பதையும் நீ உணரவில்லை. காலத்தின் புதிர்ப்பாதைகளின் பின்னலில் சிக்கி அலைபவன் ஒருபோதும் அதிலிருந்து வெளியேற முடியாமல் உள்ளத்தின் ஒருமைக் குலைந்து பைத்தியமாகிறான். நீ அந்தக் கோபுரத்தை நோக்கிப் போ; அங்கு செங்கழுநீராள் இருப்பாள். அவளுடன் பேசிக்கொண்டிரு. நான் காலத்தில் ஒருநாள் உன்னைத் தேடி வருவேன். அவளே உனது அடைக்கலம். அவளைத் தாண்டிவந்துத் தடம் பிசகினால், காலம் தப்பிப்போய்விடுவாய். வள்ளா, உனக்கு வெளியே நீயுமில்லை, நானுமில்லை. இப்பொழுது போகிறேன்; ஒருநாள் உன்னைத் தேடி வருவேன், அதுவரை காத்திரு. இந்தப் பூமி தனது சுழற்சியை நிறுத்தும்வரை நமக்கு அழிவில்லை."

பாயை மடக்கிய கட்டுமரம் நங்கூரமிடப்பட்டு ஒரேயிடத்தில் நிலைத்து அசைந்தது. உடன் வந்தவன் வலையை விரித்துவிட்டு பீடி புகைத்துக்கொண்டிருந்தான். அந்தப் புகையிலை வாடை, ஆழத்தில் புதைந்து கொண்டிருந்த என்னைத் தொட்டு மேற்பரப்புக்கு இழுத்தது. என்னை, கடலைவிட அதிகம் அலைகளைக் கொண்டவன் என்பான், அங்காளன். தூங்குபவனைத் தூண்டிலில் சிக்கிய மீன்தானே எழுப்பவேண்டும். மீனையும் மீனவனையும் இணைக்கும் இச்சையைப் பசி என்கிறோம். என்னை ரேமாவுடன் இணைக்கும் இச்சை காமம் என்றாகும்போது, சமூகத்துடன் அதிகாரத்தை இணைக்கும் இச்சை வரலாறாகிறது. இச்சையே உயிர்த்தலின் அடிப்படை. நாளைக் கரைச் சேர்ந்ததும் செங்கழுநீராளைப் பார்க்கவேண்டும், பேசவேண்டும், பகல் முழுதும் உறங்கவேண்டும்; உறக்கம் தரும் பாதுகாப்பில் திளைக்க வேண்டும்.

ம

ஆழ்கடலில் உறங்கிக்கொண்டிருந்தப் பரிதியைப் பெரியவலையில் கிடத்திக் கரைக்குக் கொண்டுவந்த மீனவர்கள் விடியலை அவிழ்த்தனர். கரைச் சேர்ந்த நான் கூட்டாளியிடம் பொறுப்பை ஒப்படைத்துவிட்டு குடிலுக்குத் திரும்பினேன். குளித்துவிட்டு கோயிலுக்குப் போனேன். மஞ்சள் பருத்திச் சேலையில் தாய்மைப் பொங்கிவழிய செங்கழுநீராள் என்னையே பார்த்துக்கொண்டிருந்தாள். எனது பார்வையில் வழியும் தூக்கம் முகம் முழுவதும் அப்பியிருந்தது. நான் நடைவழியின் பின்பக்கமாகச் சென்று சுவரில் சாய்ந்து தரையில் அமர்ந்தேன். அசதியாக இருந்தது. சில்லிட்டத் தரையில்

கால்களை நீட்டிப் படுத்துவிட்டேன். வெள்ளிக்கிழமையைத் தவிர்த்து மற்றைய நாட்களில் வெறிச்சோடிக் கிடக்கும் கோயிலில் இரண்டொரு காக்கைகள் தத்திக்கொண்டும் கரைந்துகொண்டு மிருந்தன. என் மண்டைக்குள் சுரக்கும் தூக்கத்தின் போதையில் மூளை நொதித்துக்கொண்டிருந்தது. கால்களை நீட்டிப் படுத்துத் தூக்கத்தில் மிதந்தேன். மிதக்கும் உடம்பைச் சுற்றி மீன்கள் மொய்த்தன. பறக்கும் கோலா மீன்கள் அலையிலிருந்து எழுந்து கோயிலை நோக்கிப் பறந்துவந்து கோபுரத்தில் மோதிவிழுந்தன. மீன் வாங்கக் கரைக்கு வந்த மீன் விற்கும் பெண்கள் அவற்றை அலுமினியக் கூடைகளில் அள்ளிச்சென்றனர். உறங்கும் என்மீது விழுந்துத் துள்ளும் மீன்களின் சிறகுகள் குத்திக் கீறி குருதிக் கசிந்தது. நொடிப்பொழுதே கண்ணயற அதற்குள் பறக்கும் கோலாக்களின் அறுவடை. படுத்தவன் எழுந்துவிட்டேன். ஒற்றைக் கோலாவைக் கரையிலிருந்துக் கொண்டுவந்த அண்டங்காக்கை மகிழம் மரத்தடியில் வைத்துக் கொத்திக்கொண்டிருந்தது. இது கோலா பருவம் அல்லவே என எண்ணியபடி குழப்பத்துடன் பார்த்துக்கொண்டிருந்தேன். காக்கையின் கறுத்த முகமும் முரட்டு அலகும் பசியின் தீவிரமும் கோயில் சூழலில் ஆன்மிக வெறுமையை விளைவித்தது. முழு மீனைத் தின்றதும் காகத்தின் முகத்தில் கோபமும் பதட்டமும் தணிந்து, கரிய அழகு மிளிர்ந்தது.

கோயில் மண்டபத்தில் தூங்குவதில் கிட்டும் இதம் சாவுறக்கத்தில்கூட விளையாது. கடலிடைச் சுழலும் கீழைக்காற்றும் குளத்தில் தவழும் மேலைக்காற்றும் மண்டபம் அடைந்து ஒன்றையொன்று காமுற்றக் கலவியால் உந்தப்பட்டுப் புரண்டுப் படுக்கும் மனிதவுடம்பின் அடியில் தெய்வம் நசுங்கும். கோயில் பின்புறத்திலிருந்து குளத்தடி மண்டபத்தை நோக்கி நடந்தேன். தூக்கம் கண்களைக் கவ்வியது. வெயில் படியாத சில்லிட்ட நிழல் தரையில் படுத்தேன். குளத்தில் வெளிநாட்டுக் கப்பல் மிதந்தது. அதன் மேல் தளத்திலிருந்து என்னைப் பார்த்து ரேமா கையசைத்தாள். இரவுநேரப் புணர்ச்சி தூக்கத்திற்கும் பகல்நேரப் புணர்ச்சி தொடர் கொண்டாட்டத்திற்கும் இட்டுச்செல்லும். ரேமா பகல் வெளிச்சத்தால் படைக்கப்பட்டவள். பகலில் அவளுடம்பில் சுடரும் அல்குல் பரிதியாகிவிடும்; இரவில் அது நிலவாகிவிடும். பரிதிக்கும் நிலவுக்கும் இடையில் நான் ஒருபிடி விசும்பாகிவிடுவேன். புணர்ச்சியும் உறக்கமும் மட்டுமே உடம்புக்கானவை; உழைப்பு, அந்த உடம்புப் பங்கெடுக்கும் சமூகத்திற்கானது. குளத்தைவிடப் பெரியக் கப்பல் மறைந்துவிட்டது. ரேமா, எனது தூக்கங்களை வழிநடத்துகிறாள். அவளே எனது

ரமேஷ் பிரேதன் 67

கனவுகளைக் கட்டமைக்கிறாள். நான் புணர்ச்சிக்காகத் தவிக்கிறேனா? எனது தவிப்புகளிலிருந்து ரேமாவைத் தோண்டி எடுக்கிறேனா? அருகன்மேடு என்ற புதையுண்ட நகரம் எனது சொந்த உடம்பாலானதா? அவள் என்னை ஆய்வுசெய்ய மேற்கிலிருந்து வந்திருக்கிறாளா? எனது தொப்பூழைப் பார்ப்பதற்குப் புதைந்து வெளித்தெரியும் தாழியின் வாய்ப் பகுதிபோல இருப்பதாக ரேமா சொல்லியிருக்கிறாள்.

அருகன்மேட்டிலிருந்து வடக்கில் மாமல்லபுரம் வரையிலும் தெற்கில் பூம்புகார் வரையிலும் கிழக்குக் கடலில் பண்டைய நகரம் புதைந்திருப்பதாகச் செவிவழிக் கதைகளுண்டு. ஆழத்திலிருந்து அகன்ற செங்கற்களுடன் சில கதைகளும் மிதந்து மேலெழுந்து நீர்ப்பரப்பில் வெளிப்பட்டு மீன் வலைகளில் சிக்குவதாகச் சிலர் சொல்லவும் கேட்டிருக்கிறேன். தமிழ்த் தொல்குடிகள் ஒவ்வொன்றைப் பற்றிய மூலக் கதை இந்தக் கடலுடன் இணைத்து முடியப்பட்டிருக்கும். இக்கடலில் நீர்ச்சுழிகளைவிட மிதக்கும் கதைச் சுழிகளை வாழ்ந்துவரும் காலமெல்லாம் பார்த்துவருகிறேன். முக்கடலலைகள் கரை நெடுக்கிலும் கொண்டுவந்துச் சேர்த்தக் கதைகளைத் திரட்டித் தொகுத்த நெய்தல் குடிகள், என்னைப் பற்றிய கதையை மட்டும் விலக்கிவைத்தன. விலக்கப்பட்டக் கதையாக இந்தக் கிழக்குக் கடற்கரை விளிம்பில் மேலும் கீழுமாக அலைந்துகொண்டிருக்கிறேன். என்னை நான் ஓரிடத்தில் நிலைப்படுத்தி காலவரிசைப்படி ஒவ்வொரு வரியாக முதலிலிருந்து எழுதவேண்டும்.

"காலம் நேர்க்கோட்டில் இயங்குவதை அறுதியிட, மனிதவுடம்பு முதுமையை நோக்கி நகர்வதைக்கொண்டே கணிக்கப்படுகிறது. தொடக்கமும் முடிவும் உடம்பைக்கொண்டே அளவிடப்படுகிறது. உடம்பின் இயக்கமே கதைகளை உற்பத்திசெய்கிறது. உடம்பில் வினையாற்றும் ஐம்மூலகங்களே கதைகளின் உட்கட்டமைப்பு இயக்கத்தை வடிவமைக்கின்றன. உடம்பின் இயந்திரவியலே கதையாகிறது. நான் கதைகளூடாக உடம்பின் எதிர் இயற்கைவியலை நிகழ்த்துகிறேன். இயற்கை வரையறைகளைத் தகர்த்து கதைகளால் உடம்பைப் பல்கிப் பெருக்குகிறேன். நான் கதைகளாலான உடம்பைக் கொண்டவள், எனினும் எனது உடம்புக்குப் பொருந்தக்கூடிய ஒரு கதையைத் தெரிவுச் செய்யும் உரிமை இல்லாதவளாகவே அரசியல் படுத்தப்பட்டுள்ளேன். அதை மீறுவதே சமூகவுடம்பின் எதிரியங்கியல்."

ரேமா, புதுச்சேரியிலிருந்து விடைப்பெற்ற அன்று சொன்னதை, அப்போது கையறு நிலையிலிருந்த என்னால் சரியாக விளங்கிக்கொள்ள இயலவில்லை. ஓராண்டு காலநீட்சியில் நிகழ்ந்து முடியும் உறவும் பிரிவும் வலி நிறைந்தது. ஒருவாய் உணவுக்குள் பொதிந்திருக்கும் தூண்டில் முள் தைத்த வலி எப்படிப்பட்டது என்பதை அந்தச் சுறவம் மட்டுமே அறியும். தூண்டிலிடும் நான் அன்று முதல்முதலாக அவ்வலியை உணர்ந்தேன். மனிதவுறவில் விளையும் வன்முறைகள் எப்படிப்பட்டவை என்பதை வரிசைப்படுத்தி எழுதிவைக்க ஒருவரும் முன்வருவதில்லை. முலைக்காம்பைக் கடித்தக் குழவியின் முன்னம் பற்களில் தாய் வைத்த அடியைக்கொண்டு வலியின் வீரியத்தை அளவிடலாம். ஆம், நல்லபாம்பு கொத்தியதைப்போன்ற சிறு துளி வலி.

அங்கா, காதலில்லாத காமத்தை மட்டுமே பதின் பருவம் முதலாய்ப் பட்டறிவாக என்னுள் பதிந்துக்கொண்ட நான், ரேமாவுடன் மட்டுமே காதலுடன் காமத்தைக் கொண்டேன். காமத்தின் ஆழம், அகலம், அடர்த்தி யாவும் பால் குறிகளாலும் அவற்றின் இயங்கியல் தன்மையாலும் அளவிடப்படுவது இல்லை; மாறாக, காதல் என்னும் அல் பொருண்மை விளைவிக்கும் உளப்பாங்கிலிருந்தே அறுதியிட்டு வரையறுக்கப்படுகிறது. இதில் எல்லையின்மை, கடவுள் தன்மை என்பனவெல்லாம் வெற்று பாசாங்கு. என்ன செய்வது? கடவுளைப்போல காதலும் ஒரு பாவனைதான். உடம்பு தொடாத வன்செயல்கள், கருதுகோள்கள் யாவற்றையும் பாவனை என்றே சொல்வேன். ஆம், உடலுறவே காதல் என்னும் பாவனையைப் பொருண்மை செய்கிறது. இந்த இடத்தில், தூண்டில் முள்ளில் இரையும் நான், எதிரில் கவ்வத் தயங்கும் சுறவமும் நானே. அங்கா, இந்தக் கடலுக்குள் கைவிடப்பட்டப் பாழ்நகரம் புதைந்திருக்கிறது. நேற்றிரவு அங்குச் சென்றேன். நகரின் புதிர்வட்டப்பாதையில் அலைந்துத் திரிந்து வெளியேற முடியாமல் தவித்தேன்; ரேமா ஆங்கே எதிர்ப்பட்டு என்னைத் திசைச்சுட்டி வழிநடத்தினாள். ஆம், நேற்றிரவு நடுக்கடலில் அவளைப் பார்த்தேன்.

6

"வரலாற்று நினைவுகளின் பெருஞ்சுமை தற்காலச் சமூகமனிதரை அழுத்திக்கொண்டிருக்கிறது. நசுக்கத்திலிருந்து விடுபட நான் எனது நிலக்குடி சேமித்துத் தந்த வரலாற்றின் தொகுப்பறிவை மறுதலிக்கிறேன். உலக உயிரினங்களில் மனிதரே சமூகவரலாற்றின் சிறைவாசி. தானுக்குப் பிற எப்பொழுதும் சிறையாகவே இருக்கிறது. எதிரில் நிற்பவரிடம் எனக்கான விடுதலையை இறைஞ்சமுடியாது. எனது உடம்பின் விடுதலை அதற்கு வெளியில் இல்லை; அது விடுபட்ட நிலம்; திசைகளே அதன் அம்மணத்திற்கு எண் பரிமாண ஆடை. மெய்க் கடந்தக் காமமே மெய்யியலின் விவாத வெளி. சமூகவுடம்பை அதன் பொதுப் பயன்பாட்டிலிருந்து விடுவிப்பதும் சமூகம் வரையறுக்கும் உடம்பின் எல்லைகளை மீறுவதுமே விடுதலை. வள்ளா, உனது ஐம்புலன்களை எனக்குள் திணித்துக்கொண்டதும் கிடைக்கும் பாதுகாப்பையே உனக்கான விடுதலை எனக் கற்பிதம் செய்கிறாய். உனது விடுதலையைப் பிறவுடம்பில் தேடாதே. நீயே உனக்குத் தொடக்கமும் முடிவுமாக இருக்கிறாய். உனக்கு எதிரில் இருக்கும் நான் உனது உடம்பின் ஒருபக்கப் பரிமாணம்; நானே உனது முழுமை இல்லை. புள்ளி வளர்ந்தால் கோடு, கோடு சுருங்கினால் புள்ளி; இதற்கு வெளியே ஒன்றுமில்லை."

'ரேமா, மெய்யில் நிலைக்கும் எனது காதல் உரையாடல்களை ஒவ்வொருமுறையும் மெய்யியல் உரையாடல்களாக மடைமாற்றி விடுகிறாய். உன்னைப் புணருவது, பனையோலையில் பதியப்பட்டப் பனுவலைப் படித்தறிவது போலாகிவிடுகிறது. உடம்பே பனுவல்; ஆம், உடம்பைக் கடந்தப் பனுவலை இதுவரை வாசித்ததில்லை. இந்த அருகன்மேட்டைத் தொல்லியல் ஆய்வறிஞர்கள் தோண்டிக் கொண்டிருக்கிறார்கள். வரலாற்றுத் தடயங்கள் வழி நமது தொல்லறிவைத் தொகுக்கிறார்கள். மண்ணுக்குள் இருப்பதைப்போல

இந்த உடம்புக்குள்ளும் தோண்டி வரலாற்றுத் தடயங்களைத் தொகுக்கிறேன். உனது உடம்பைத் தோண்டும்போது அங்குப் புதைந்திருக்கும் எனது வரலாற்றுத் தடயங்களைக் காண்கிறேன். அங்கு, கூட்டமாக இருக்கும்போது நாம் ஒருவரிலொருவர் ஊடாடி நம்மைச் சிக்கலாக்கிக்கொள்கிறோம். தனிவுடம்பின் சிக்கல்களே சமூகச் சிக்கலாகி, நாளடைவில் வரலாற்றுச் சிக்கலாகிவிடுகிறது. வரலாறு, வளரும் காலத்தின் ஒவ்வொரு வாசிப்பிலும் மாறிக்கொண்டேயிருக்கும்; எனவே, அது யாரையும் விடுதலைச் செய்யாது. தற்காலத்தின் விடுதலையை எதிர்கால வரலாற்றின் முன்பு இரந்து நிற்பதே மானுடத் துயரம். ரேமா, காலக் கணக்கிடலில் இப்புள்ளியில் மட்டுமா நிற்கிறேன்? ஆம், வரலாற்றிலிருந்து வெளியேறுவதே விடுதலை. இறந்தகாலம், நிகழ்காலம், எதிர்காலம் என்று காலத்தை நேர்க்கோட்டில் வரிசைப்படுத்தி; தன்மை, முன்னிலை, படர்க்கை என்று சமூகத்தை இடப்படுத்தி, காலவெளியை நாம் எளிமைப்படுத்திவிட்டோம்.'

தர்க்கத்தின் வலைப்பின்னலில் நானும் ரேமாவும் சிக்கிக் கொண்டோம். அன்று புணர்ச்சிப் பொய்த்துவிட்டது. இப்படி அடிக்கடி நேர்வதுதான். சிறுசிறு அலைகள் ஒன்றுக்கூடி கலவிக் கரையில் பேரலையாக எழுந்து மடிவதுதானே உரையாடல் உத்தி. வாதங்களால் புணர்ச்சியை ஒத்திப்போடத் தெரிந்தத் தந்திரக்காரி. தொடர்ந்த பேச்சைப்போல அயர்ச்சியானது வேறில்லை. தனக்கு ஒரு வாய் உணவை நீரில் தேடுபவருக்கும் தனக்கு ஒரு வாய் உணவை நிலத்தில் தேடுபவருக்குமான வேறுபாட்டின் உடல் அரசியலை யாரும் பொதுவில் வைப்பதில்லை. கடலுடன் ஓயாத சூதாட்டத்தில் ஈடுபட்டு உடம்பு வளர்க்கும் நான், ஒருத்தியுடன் கலப்பதின் மூலம் நிலத்தில் என்னைத் தரித்துக்கொள்கிறேன். நிலத்தில் வேர்த் தரித்த உணவைக் கொள்பவருக்கும் கடலில் நிலையின்றி நீந்தும் உணவைக் கொள்பவருக்கும் கலவிப் பசியிலும் வேறுபாடு உண்டு எனப் பேசிக்கொண்டிருக்க, ரேமா அயர்ந்துத் தூங்கிவிட்டாள். பெண்பேய் தூங்கும் அழகில் அம்மன் தோற்கும் என்னும் சொலவம் வெள்ளைக்காரிக்கும் பொருந்தும்.

ஒவ்வொரு முறையும் தூக்கமே தற்காலிகமாக நிகழ்கால நெருக்கடிகளிலிருந்து என்னை விடுதலைச் செய்கிறது. நீரில் உழைக்கவும் நிலத்தில் உறங்கவும் விதிக்கப்பட்ட நான், கோயில் கோபுர நிழல் விழும் குளப் படிக்கட்டில் ஓய்வெடுக்கிறேன். உழைப்பில் இல்லை, புணர்ச்சியிலும் தூக்கத்திலும் மட்டுமே என்னை முழுமையாகச் செலவுசெய்கிறேன். புணர்ச்சியைக் கலைச்

செயலாக மாற்றுவதற்குப் பிரிதொருவரின் ஒத்துழைப்புத் தேவை. ஆனால், தூக்கத்தைக் கலையாக மாற்றுவதற்கு யாரொருவரின் ஒத்துழைப்பும் தேவையில்லை. ஆம், தூங்குவதும் சமூக அழகியலின் பாற்பட்ட உடம்புசார் கலைச் செயலே. வன்செயல் தவிர்த்த உடம்பால் விளையும் எல்லாம் கலையே ஆகும். தூக்கத்தை ஒழுங்குபடுத்தி, அதை உள்ளத்தை ஒருமுகப்படுத்தும் போதையாகத் திரிக்க வேண்டும். உடம்பும் உள்ளமும் ஒரே புள்ளியில் ஒடுங்கும் நிலையைப் போதையாகப் பொருண்மை செய்யவேண்டும். தூக்கத்தை மனித வன்செயல்களுக்கு எதிரானக் கலகச்செயலாக முன்னிலைப்படுத்த வேண்டும். புணர்ச்சியும் தூக்கமும் செயலிழந்த உடம்பில் வன்மம் கொழிக்கும். மாறாக, புணர்ச்சியும் தூக்கமும் ஒருசேரத் தழுவி மனிதவுடம்பைக் கலைப்பொருளாக்கும். கோயில் மண்டபத்தில் தூங்கும் மனிதர் அப்பொழுதில் கோயில் காணாதக் கடவுளாகிறார்.

பெண்ணானவள் பேய்ப்போலத் தின்று, பேய்ப்போலப் புணர்ந்து, பேய்ப்போலத் தூங்கவேண்டும். பெண்ணைக் கடவுளாக்கிப் பார்ப்பதைவிட பேயாக்கிப் பார்ப்பதில்தான் கவித்துவம் கூடிவருகிறது. ரேமா உலகக் கடல்களில் பேயாகப் பயணிக்கிறாள். அவளிடம் தாய்மையின் அபத்தத்தைக் கடந்தப் பேய்மையின் அழகைக் கண்டேன். கடலின் எல்லையின்மையில் தன்னைத் தரித்துக்கொண்டவளை நான் புதுச்சேரி என்னும் கையளவு நிலத்திற்குள் விதையாக ஊன்ற நினைத்தேன். எங்கள் உறவில் விளையும் விபரீதத்தைக் கண்டுணர்ந்து, நிலத்தை விடுத்துக் கடலில் கலமேறினாள். வீராம்பட்டினத்திலும் சாக்கையன் தோப்பிலும் அருகன்மேட்டிலும் செழித்திருந்தத் தும்பைக் காட்டில் மிகுந்திருந்த எல்லா வண்ணத்துப் பூச்சிகளையும் கப்பலிலேற்றி உடன்கூட்டிச் சென்றுவிட்டாள், கடல் மண்டலம் வண்ணங்களை இழந்து வெறுமையுற்றது. வண்ணத்துப்பூச்சியின் மகரந்த வாசனைக் குமையாத மண்டலத்து மாந்தர்க்கு உறக்கம் எப்படி வரும்? கறுப்புச் சிவப்புப் புள்ளியிட்ட வண்ணாத்தியின் அடிவயிற்று வெல்வெட் பகுதியில் கமழும் அதே வாசனையை ரேமாவின் அல்குல் பகுதியிலும் முகர்ந்திருக்கிறேன்.

உடம்புவழி நிலைக்காத எல்லா உறவுகளும் இறுதியில் ஒருபிடி சொற்களாக மீந்துவிடுகின்றன. சொற்களை மெல்லும்போது கடைவாயில் குருதி வழிகிறது. நான் சிறுவனாக இருந்தபோதே செத்துவிட்ட அம்மா கடந்த இரண்டு நாட்களாக என்னையே வளையவருகிறாள். கரையோரம் நின்று அலைகளை

எண்ணிக்கொண்டிருக்கும் பைத்தியக்காரிகளின் முகங்களில் அம்மாவின் சாயலைக் கண்டதுண்டு. கருவறையிலிருந்துத் தன்னைத் தானே வெளியேற்றிக்கொள்ளும் தன்னிலை, இறுதியில் தன்னிலிருந்தேத் தன்னை வெளியேற்றிக்கொள்கிறது. பிறப்பிலிருந்து இறப்புவரை மட்டுமே என்னுடன் நானிருக்கிறேன். தொடக்கத்திலிருந்து முடிவுவரை என்னுடன் யாரும் இருக்கப் போவதில்லை. ரேமா வந்தாள்; ரேமா சென்றாள்; ஓராண்டு எனது வெளியில் இளைப்பாறினாள். அந்தப் பறவை பாய்மரக்கப்பலின் உச்சிக் கம்பத்தில் கூடு கட்டியிருக்கிறது. முட்டையிட விரும்பாத அப்பறவையின், சுள்ளிகளால் பின்னப்பட்டக் கூட்டில் எனது விலா எலும்பு ஒன்றும் பின்னியிருக்கிறது. என் அம்மாவின் வயிற்றுப் பகுதியில் பத்துத் திங்கள்கூடுக்கட்டி வாழ அனுமதிக்கப்பட்டிருந்தேன். எனது உடம்பில் குடல் சுற்றிப் பின்னி இறுக்கப்பட்டிருந்தது. அதுவொரு மரண நிலை. ஆம், நான் சாவிலிருந்துப் பிறந்தேன். சாவை முன்வைத்துதான் எனது உடம்பின் உயிர்த்தலை நீட்டித்துக் கொண்டிருக்கிறேன். கை நழுவிய உறவுகள் எதுவும் மீண்டும் எதிரில் வந்து கைத்தொட நின்றதில்லை. அறையில் மூலையிலிருக்கும் பானையிலிருந்துத் தண்ணீரை முகர்ந்துப் பருகுகிறேன்.

ஒவ்வொரு நாளையும் கடலிலிருந்தேத் தொடங்குகிறேன். அமைதியானக் கடல் என்னை உறங்கவைக்கிறது. ஆர்ப்பரிக்கும் கடல் என்னை அலைக்கழிக்கிறது. முழுநிலாப் பொழுதில் பைத்தியம் பீடிக்கும் கடலுக்கு நிலவில்லா இரவில் உள்ளம் ஒடுங்கும். கடலின் குணநலனைப் போலிசெய்யும் பெண்கள் குப்பத்திலுண்டு. அவர்களை வாழ்க்கைத் துணையாகக் கொண்ட ஆண்களை அறிவேன். ஆற்றின் போக்கைக் கையாளத் தெரிந்த ஆண்களுக்குக் கடலின் போக்கு தம் வாழ்நாளில் ஒருபோதும் பிடிப்பட்டதில்லை. இப்புவிக்கோளில் சிறிதளவே மூழ்காமல் மீந்த நிலத்திட்டுக்களில் உயிர்த் தரித்த மாந்தர், மொத்த வாழ்விலும் கடலையே பாவனைச் செய்கிறார். நான், தனியொருவன்; ஒட்டுமொத்த மாந்தவுயிரியக்கத்திலிருந்து வெளிப்பிதுங்கி நிலைக்க முடியாது. ஊருடன் சேர்ந்து வாழ் என்னும் முதுமொழியை மாற்றி கடலினைப் போலிசெய் எனச் சொல்கிறேன். கடலை உடனிருப்பாக வைத்துக்கொண்டு நிலத்தில் பாதுகாப்பைப் பெறமுடியாது. என் பார்வையிலிருந்து கடலை விலக்கிவைக்கலாம்; ஆனால், கடலின் பார்வையிலிருந்து என்னைப் பதுக்கிவைக்க முடியாது. வாழ்வில் கடலைக் கண்டிராதக் கண்ணின் ஒரு துளிக் கண்ணீரில் ஒரு துளிக் கடலின் கரிப்பு. கடலின் சுவையே அழுகையின் திரவச் சுவை.

ஆனால், கடலை நேர்க்கொண்டு வாழ்பவர் ஒருபோதும் அழுவதில்லை. அழுபவர் காமத்தில் சிறப்பதில்லை. காமத்தின் வழியே நான் கடலை அறிந்தேன்.

காமமே அறிவு; கலவியின் வழியே நான் அறிவின் முழுமையை அறிந்தேன்; ஆம், அந்த முழுமையை அறியத்தான் முடியுமே அன்றி அடைய முடியாது. காலமும் அறிவும் காமத்தைப்போல எல்லையில்லாதது. ரேமாவின் உடம்பு அவளுடைய எல்லைகளை வரையறுத்தாலும், அதிலிருந்து வெளிப்படும் காம ஆற்றல் அளவிடமுடியாதது. அந்த ஆற்றல் குவியும் புள்ளியில் என்னை விதைத்து முளைத்துத் தழைக்கச் செய்தாள். ஒருநாள் எனது லிங்கத்தைப் பற்றிக்கொண்டு;

"இது உனது உடம்பின் ஆணிவேர்" என்றாள்.

அதைச் சுற்றி அடர்ந்திருந்த சல்லி வேர்களை நீள்நக விரல்களால் கோதினாள். நான் ரேமாவைக் கேட்டேன்;

'உனது உடம்பின் ஆணிவேர் எது?'

அவள் எனது கண்களை ஊடுருவிச் சொன்னாள்;

"நான் உன்னைப்போல் ஆணிவேர் ஒற்றைப் புள்ளியில் தரித்த மரம் இல்லை; பரந்த உழுநிலம்".

காமத்தைப் பேசும் பெண்மொழி வழியே தொல்மொழி தன்னைக் காலத்திற்குத் தக்கதாய்ப் புதுப்பித்துக்கொள்கிறது. ஒரு மொழியில் நிலைப்பெற்ற பண்பாட்டுடன் பிரிதொரு மொழிவழி விளைந்தப் பண்பாடு இடையீடு செய்யும்போது சமூகப் பரிமாணம் பல்கிப் பெருகுகிறது. ஒவ்வோர் உடம்பும் தான் சார்ந்தச் சமூகப் பண்பாட்டைச் சுமந்துத் திரிகிறது. ரேமாவின் ஊடுருவலால் எனது ஐம்புலன்கள் பெருக்கமடைந்தன. அவளுடனான கலவி நிகழ்வுகளின்போது அவள் ஆணாகத் திரிவதையும் நான் பெண்ணாகத் திரிவடைவதையும் கண்கூடாகப் பார்த்திருக்கிறேன். கலவி என்பது இனப்பெருக்கச் செயல் அன்று; அதுவொரு நிகழ்த்துக்கலை. மனிதவுயிரி இனப்பெருக்கத் தொழில்நுட்பங்களின் வழியே ஆயக்கலைகளை வளர்த்தெடுத்தது. காமக்கலையின் தொழில்நுட்ப வளர்ச்சியே பகுத்தறிவின் ஆகச்சிறந்த விளைவு. மெய்க் கடவுள் யாதெனில் உடம்பே கடவுள் என அறுதியிடுவது. யோனிலிங்கத்தைக் கடவுளாக வழிபடும் தமிழ் மரபின் அறிவுத் தொன்மையே தன்னை இத்தீபகற்பம் நோக்கி ஈர்த்தது என்பாள், ரேமா. கலவியின் அறிவியலைப் பாராமுகமாய்க் கடக்கும் மதப்

பாசாங்கே ஆன்மிகம் எனக்கூறும் ரேமா, இனக்குடிகளின் வேறுபடும் பண்பாட்டிற்குத்தக கடவுளின் உள்ளடக்கமும் மாறுபடும் எனச் சொல்வாள். சிறந்த கதைசொல்லிகளால் இனக்கலப்பிற்கு உள்ளான இருவேறு கடவுளர். இனக்கலப்பின் வழியே பொதுமனிதர் உருவாவார். இனம் கடந்தக் கலவியே புதிய மனிதரையும் புதியக் கடவுளையும் இனப்பெருக்கம் செய்யும். எல்லை வரையறை இல்லாக் காமம் கலப்பினக் கடவுளைப் படைக்கும் எனச் சொல்லும் ரேமாவின் வார்த்தைகள் கடல் கடந்தவை.

ம

கடலிலிருந்து ஒருத்தி கரையேறி வருவாள் எனக் காத்திருக்கிறேன். முதல் வாக்கியத்திலேயே முடிந்துவிட்ட கதையைப்போல அசைவற்றுக் கிடக்கிறேன். கரையில் அமர்ந்திருக்கிறேன். தூரத்தில், ஓட்டுக்குள் தன்னை ஒடுக்கிக்கொண்ட கடலாமையுடன் நாய் மல்லுக்கட்டிக்கொண்டிருக்கிறது. அலையடங்கியக் கடல் யாரையேனும் காவுவாங்கக் காத்திருக்கும் பலிபீடம் போல மருட்டுகிறது. ஆமையை விலகிய நாய் தூரத்திலிருந்து பார்க்கிறது. எனக்கும் நாய்க்கும் நடுவில் சமதூரத்தில் ஆமை இருக்கிறது. பேரலைத் திரண்டெழுந்தால் ஆமை கடல் சேர்ந்துவிடும். கடலைத் தொட ஆமை நடந்தால் நாய் அதைக் கடித்துவிடும். நாய் அடிக்கடி என்னைப் பார்க்கிறது. கடலிலிருந்து ஒருத்தி கரையேறி வருவாள் என எதிர்பார்த்து அதே இடத்தில் நானுமிருப்பதை ஆமை அறியாது. நான், நாய், ஆமை. கடல் யாரையேனும் காவுக்கொள்ளக் காத்துக்கிடக்கிறது. குடிலுக்குத் திரும்புகிறேன். மேற்கில் பரிதி புதைந்துக்கொண்டிருகிறது.

“மொழிக்கிடங்கு என்பது நிகழ்வுகளைத் திரட்டிவைக்கும் கருவூலம் அன்று. என்னைப் பற்றியச் செய்திகளைச் சேகரித்துத் தொகுத்து எதிர்வரும் சந்ததியருக்குக் கையளித்துச் செல்லும் சமூக வழக்கத்தில் எனக்கு உடன்பாடு இல்லை. மொழிக்குள் எனது தடயங்கள் எதுவும் இருக்கக்கூடாது. இனப்பெருமையை மீட்டுருவாக்கம் செய்வதே வரலாறு எனச் சொல்லி, மொழியால் பெரும்புனைவு ஒவ்வொரு சமூகத்திலும் கட்டியெழுப்பப்படுகிறது. பகுத்தறிவு, ஆதிக்கத்தை நிலைப்படுத்துகிறது. அறம், ஆதிக்கத்தால் சமூகவொழுங்கைப் பேணச்செய்கிறது. நிலம் சார்ந்து வடிவமையும் அறிவொழுங்கை மறுதலித்துக் கடல் சார்ந்த நீருயிரியாய் என்னை வளர்த்தெடுத்துக்கொள்கிறேன். வள்ளா, நான் நிலத்தின்

அறிவொழுங்கையும் அறவொழுங்கையும் மீறவே கடல்வழி வாழ்க்கையை அமைத்துக்கொண்டேன். நிலம்வாழ் உயிரியாகப் பிறந்திருந்தாலும் நீர்வாழ் உயிரியாகவே வாழ்ந்து மடிய என்னை ஆயத்தப்படுத்திக்கொள்கிறேன். கடலைத் தாண்டியக் கதைகூறலில் எனது தடயங்கள் தட்டுப்படுவதை உடனுக்குடன் அழித்துவிடுகிறேன். நிலத்தில் நின்று நீ என்னை நினைவுகூர்வதைவிட கடலின் நடுவே இருக்கும்போது நினைவுகூர்ந்தால் நான் உயிரோடு உன்னைத் தொடுவேன். இந்த ரேமா ஒரு கடல்கன்னி; அவளை நிலத்தில் வைத்து உன்னால் குடும்பம் நடத்த முடியாது. இதுவரை, உலகில் எந்தவொரு நிலப்பகுதியிலும் ஓராண்டிற்கும் மேல் தொடர்ந்து உயிர் வாழ்ந்ததில்லை. பூமி தன்னைத் தானே சுற்றுவதால், காலவோட்டத்தில் மீண்டும் உன்னை, உயிரோடிருந்தால் எதிர்கொள்வேன்.”

ரேமா, இந்நிலத்திலிருந்து விடைபெற்றபோது சொன்ன இறுதி வாசகங்களை இன்னும் எத்தனை இரவுகளுக்கு அசைப்போடுவது? மாறியமையும் வாசகங்களால் வரலாறு பாடபேதங்களோடு வேறுபடும் காலத்தில் வேறுபடும் மாந்தரால் வாசித்துப் பொருள்கொள்ளப்படுகிறது. எல்லாம் தனிமனித மனக்கோளாறுகளால் விளைவதுதானோ? ரேமா ஒரு பனுவல் என்றால், வேறுபட்ட நிலத்தில் வேறுபட்ட இனத்தில் வேறுபட்டப் பண்பாட்டுப் பின்னணியில் வேறுபடும் வாசிப்புகளைக் காலத் தொடர்ச்சியில் தன்னியக்கக் கதியில் நிகழ்த்திக்கொண்டிருக்கிறாள். அவளைப் புரிந்துப் பொருள்கொள்ள, எளிமையானப் பெண்ணில்லை. அவள், வேதியியல் அறுதியிட்ட ஒருவகை தனிமம்.

நேற்றைய இரவும் இன்றைய இரவும் மாறுபட்டவை. மாறுபடும் ஒவ்வொரு இரவுகளிலும் ரேமாவும் மாறுபடுகிறாள்; அதனால், அவள் எனக்குச் சலிப்பதில்லை. நான் அடிக்கடிக் குறிப்பிடுவதைப்போல அவள் ஒற்றை உடம்பாலானப் பன்மை. ஆம், அவள் பன்மூலகங்களின் ரசக்கட்டு. ஒரு சொல் பன்மொழி என்பதன் உருவகம். எப்படிக் கலைத்துப்போட்டாலும் ஒரு வடிவத்தில் அடங்கிவிடும் நிலையில்லா வடிவிலி. இரவைத் தூங்கிக் கடக்கும் வழியைத் தவறவிட்டுத் தவிக்கிறேன். கோயில் சிலையைப்போல நெடுநாளாக விழித்திருக்கிறேன். ரேமாவைப் புணர்ந்துத் திளைத்த நிகழ்வுகளை அசைப்போடுவதில், சிதறிய உள்ளம் ஒருமுகப்படுகிறது. வீட்டில் இருட்டில் ஒடுங்குவது எனக்குப் பிடிக்கும். வீடு என்னும் திசைகள் அடைப்பட்ட

பெட்டிக்குள் இருக்கிறேன். வெளியே நடுயிரவுக் கடல் ஆர்ப்பரிக்கிறது. கரையின் அடிமணல் சரிய, எனது குடில் இழுத்துச் செல்லப்பட்டு அலையில் மிதக்கிறது. பரிதி இந்த இரவை எரிக்கும்வரை அலைக்கழியும் பெட்டிக்குள் நான்.

கடலிரவில் மிதப்பதில் எனக்குப் பயமில்லை; நிலத்தில் இரவு கவியும்போது பயம் எனது கால்களைக் கவ்வுகிறது. இரவிலும் பகலிலும் நிலத்திலும் கடலிலும், ஒற்றை உடம்புக்குள் இருவேறாக உள்ளம் மாறிமாறிச் சமைகிறது. என்னை நான் ஓயாமல் வேவுபார்க்கிறேன். விலகி நின்று ஒவ்வொரு கணமும் எனது செயல்களை உற்றுநோக்குவதால் என்னை நானே சிக்கலாக்கிக்கொள்கிறேன். பகலை நடந்தும் இரவை நீந்தியும் கடக்கிறேன். உடம்பானது, இரவையும் பகலையும் எதிர்கொள்ளும் முறைமையை ஆய்ந்துத் தொகுப்பதே வாழ்க்கையாகிறது. இரவு பகல் என்னும் இருமை எதிரிடையில் சிக்கி ஒரு நாள் என்னும் கால அளவு அலைவுறுகிறது. காலத்தை நாட்களால் அளக்கும்போது, நாட்களை எனது உடம்பால் அளக்கிறேன். உடம்பின் முன்பின் பக்கங்களே நாளின் இரவும் பகலுமாகப் பிரிகின்றன. நிலமும் கடலுமாக வெளியும், இரவும் பகலுமாகக் காலமும் என்னை இரண்டாகப் பிரித்து இடம் வலம் மேல் கீழ் எனத் திசை மாற்றிப் பொருத்திவிட்டன. இதனால்தான் இயல் இயங்கியலுக்கு எதிராக இயங்குகிறேன். செத்து மிதப்பவையே நீரோட்டத்துடன் ஒன்றிப் போகும்; உயிருள்ளவை நீரோட்டத்தை எதிர்த்து நீந்தும்.

இரவில் கடலில் வேலைச் செய்கிறேன்; பகலில் நிலத்தில் ஓய்ந்து உறங்குகிறேன். இச்சமூகம் இயற்கையுடன் என்னை இவ்வாறாகத்தான் இடப்படுத்தி வைத்துள்ளது. நிலத்திலும் நீரிலுமாக இரண்டு தொழில்முறை வாழ்க்கையுண்டு. அங்காளன் நிலத்தில் உழைப்பவன்; நான் நீரில் உழைப்பவன்; நாங்கள் இருவரும் சந்தை என்னும் புள்ளியில் இணைகிறோம். சந்தைப் பரவலே சமூகப் பரவலாகக் கட்டமையும்போது, எமது உழைப்பை விற்றுப் பொருளாக்குகிறோம். நாங்கள் வெறும் சந்தைப் பொருளாகப் பரிணமிப்பதையே சமூகம் விரும்புகிறது. சமூக விருப்பத்திற்கேற்பத் தன்னை முழுமையாக வளர்த்தெடுத்துக்கொண்ட அங்காளன், தன்னைச் சார்ந்த நிலத்தைக் கைக்கொள்ளும் முழு அதிகாரம் பெற்றவனாகிறான்; நானோ, இன்றும், ஆதிமனிதனாக, கடலைச் சொந்தம்கொண்டு அதன் அதிகார நடுவமாக முடியாமல் வெறும் அனுபவச் சொந்தம் கொண்டவனாக மட்டுமே இருக்கிறேன். இதைப் பற்றி யாரும் சிந்திப்பதில்லை. உலகப் பொருளியல்சார்

ரமேஷ் பிரேதன் 77

அரசியல் சொல்லாடல்கள் யாவும் நிலத்தை மையமாகக்கொண்டே பெருக்கமடைகின்றன. நிலம் என்னும் திடத்திற்கும் நீர் என்னும் திரவத்திற்கும் இடையிலான அரசியல் வேற்றுமைகளைப் பற்றி அங்காளனிடம் பேசினால் கருத்து முரண்பாடு எழுகிறது.

ரேமாவுக்கோ இந்தக் காலனியக் காலத்து அரசியல் பற்றிப் பேசப் பிடிக்காது.

“நிலம் போலக் கடலும் அரசியல் அதிகாரத்தாலும் சந்தைப் பொருளாதாரத்தாலும் என்றோ கைக்கொள்ளப்பட்டுவிட்டது, நீ இன்னும் வீராம்பட்டினத்தைத் தாண்டி வெளியே வரவில்லை”

என்று ஒற்றை வாக்கியத்தில் உரையாடலை முடித்துக்கொண்டு வெளியேறிவிடுவாள். நான் அரசியல் பேசவில்லை; சொந்த இயலாமையைப் பேசுகிறேன் எனச் சொல்வதை இருவருமே பொருட்படுத்துவதில்லை.

“உனது அரசியல் போதாமையே சொந்த இயலாமையாக வெளிப்படுகிறது. உழைப்பே உனது உடம்பின் சந்தை மதிப்பு; எனவே, உடம்பை அரசியல்படுத்துவதின் மூலம் உழைப்பைப் பொருண்மை செய்கிறாய். நீ உழைப்பிலிருந்து வெளியேறும்போது உனது குடியிலிருந்து அந்நியப்படுகிறாய். நிலத்திலிருந்து நானும் கடலிலிருந்து நீயும் அடுத்த நூற்றாண்டில் வெளியேற்றப்பட்டு விடுவோம். கடல் வழியே உலகைச் சுற்றித் திரியும் ரேமா போன்றவர்கள் எதிர்காலத்தில் வானத்தில் பறக்கும் இயந்திரத்தின் மூலம் கண்டம்விட்டுக் கண்டம் பறப்பார்கள். கடவுளைக் கைவிட்ட மனிதர் அறிவியலால் ஆட்டுவிக்கப்படுவர். ஆனால், நீ சொல்வதில் ஒன்றை மட்டும் ஏற்றுக்கொள்கிறேன்; உலக உயிரினங்களின் அடிப்படை அறிவு என்பது ஒன்றையொன்று மேலாதிக்கம் செய்வதிலிருந்தே வளர்ச்சியடைகிறது. ஆண் பெண் இடையிலான பாலாதிக்கமே இனம், மதம், சாதி, வளம் இவற்றின் காலனியாதிக்கமாக விரிவடைகிறது. வள்ளா, மதம், அறிவியல் எல்லாம் மனித விலங்கின் மேலாதிக்க இச்சையால் விளைபவையே. ஒன்றிலிருந்து மற்றொன்று வேறுபடுவதே சமூக இயங்கியலின் அடிப்படை விதி.”

அறிவாகப் பேசும் அங்காளனை நாளைச் சந்திக்க வேண்டும்.

ய

துணைக்கண்டத்தின் ஒரு பக்க விளிம்பைக் கடற்கரை என்கிறோம். அந்த விளிம்பிலிருக்கும் ஒரு குடிலில் நானிருக்கிறேன். பரந்த

நிலம் முட்டி நிற்கும் எல்லை. எதிரில் பெருகும் எல்லையில்லா கடல். நிலத்தை விட்டு நீரில் அடைக்கலம் புகக் கணப்பொழுது போதும்; என்னை நாடற்றவனாக அறிவித்துக்கொள்வேன். நிலம் தனது அத்தனை பாரத்தையும் குடிகளின் முதுகில் ஏற்றுகிறது. துறத்தல் என்பது சமூகத்திலிருந்து அன்று, அச்சமூகம் நிலைத்திருக்கும் நிலத்திலிருந்துத் தன்னைப் பிரித்து வெளியேற்றிக் கொள்வது. ஐந்திணைகளிலிருந்து உடம்பைக் குருதியும் தசையுமாகப் பிய்த்தெடுத்துக் கடலில் வீசியெறிவது. உடம்பில் ஊறிய நிலத்தையும் நிலம் கட்டமைத்த அரசியல் அடையாளத்தையும் துறந்து, நிலத்திலிருந்து நீரில் கலந்துப் புதிய கடல் வாழுயிரியாய்ப் பரிணமிப்பதே அரசியலில்லா உயிரியாக என்னை நிலைநிறுத்திக்கொள்ள எளிய வழி.

ஒன்றிமீது ஒன்று சேரும் நிகழ்வுகள் காலப்போக்கில் கதைகளாகப் பரிணமிக்கின்றன. கதைகள் வரலாறைக் கட்டமைக்கின்றன. கதைகளைக் கைக்கொள்ளும் சமூக அதிகாரம் தன் இச்சைச் சார்ந்து அவற்றை மாற்றியமைத்து வரலாறைத் தனக்குச் சாதகமாக வழிநடத்துகிறது. ஆக, கதைகளாகக் கட்டமையும் வாய்ப்பை மறுதலித்து நிகழ்வுகளில்லாத வெற்றுப் பேச்சுக்களையே உருவாக்கவேண்டும். அது, நடைமுறைக்கு இயாலாதவொன்றெனில், வரலாற்றிலிருந்து வெளியேறுவதே துறவின் அரசியலாக இருக்கவேண்டும். மாறாக, தன்னைச் சுற்றி முழுக்கமுழுக்கத் தனக்காகவென்றே உருவாக்கிக்கொண்ட குடும்பம் என்னும் உயிருறவுக் கட்டமைப்பிலிருந்துத் தன்னை மட்டும் வெளியேற்றிக் கொள்வதை ரேமா துறவு என்கிறாள். மதம் என்னும் அறிவொழுங்கின் வழிகாட்டுதலை ஏற்றோ அல்லது மறுத்தோ, சமூகம் வரையறுக்கும் வாழ்வொழுங்கை முரணுவது துறவாகாது. உண்மையில், இயங்கியற் பொருண்மையில் ஒன்றிய ஓர் இருப்பிற்குத் துறவுநிலை என்பதும் ஒருவகை பாசாங்கே.

ஒற்றைப் பெயர்ச்சொல்லில் அடையாளப்படுத்தப் போதுமான அளவே இச்சமூகத்தில் என்னை விட்டுச்செல்ல விழைகிறேன். வாக்கியங்களாகப் பல்கிப் பெருகி எனது உடம்பின் எடையளவு சொற்களைத் திரட்டிக் குவித்துப் பிசைந்து என்னை ஒரு கதை உருவாகச் சமைக்க விரும்பவில்லை. எனது உடம்பிற்கானப் பெயராகவன்றி வேறெதுவாகவும் மொழிவழியே இச்சமூகத்தில் மீந்துநிற்கமாட்டேன். எல்லாயிடத்திலும் தன்னை நீக்கமற நிறைத்துக்கொள்ளும் மனிதர்களைப் பார்க்கப் பரிதாபமாக இருக்கிறது. காலப்போக்கில் எல்லாம் மாறிவிடும் மறந்துவிடும்

மறைந்துவிடும் என்பதை ஏற்க மறுக்கிறோம். வரலாறு தற்காலிகமானது என்னும் உண்மையை ஒத்துக்கொள்ளத் தயங்குகிறோம். தோன்றுமிடத்திலிருந்து கடலில் சேரும்வரை தன்னில் முழுமையாக நிறைந்த ஆற்றோட்டத்தை இதுநாள்வரை நான் பார்த்ததில்லை. ஆங்காங்கே வற்றியும் மெலிந்தும் ஒடுங்கியும் செல்லும் ஆறு, தன் வரலாற்றில் ஒருபோதும் தன்னிறைவடைந்ததில்லை. புவிக்கோளில் ஒருநாளும் தனது முழுமைக் குன்றாத இருப்பு இக்கடல் மட்டுமே. பூமியில் கடலைத் தவிர எல்லாம் மாறிக்கொண்டேயிருக்கிறது. நிலத்தில் உண்டான எதுவும் நிலைத்து நிற்பதில்லை. செங்கழுநீர் அம்மன் குடிக்கொண்டக் கோயில்கூட கடலில் மூழ்கிக் காணாமல் போகலாம்; ஆனால், இக்கடலுக்கு அழிவில்லை. நீரில் வாழத்தெரிந்தவை நிலைக்கும்; நிலத்தை நம்பிய உயிர்கள் ஒருநாள் மறையும்.

வெற்றுச் சொற்களைத் தவிர்த்த அங்காளனின் வாழ்க்கை, நிகழ்வுகளால் கொண்டுகூட்டிப் பொருள்கொள்ளப்படுவது. தொடக்கத்திலிருந்து முடிவுவரை ஒவ்வொரு நாளையும் முழுமைக் குலையாமல் வாழ்ந்து முடிப்பதில் பேரார்வம்கொண்டவன். ஒவ்வொரு நாளின் முழுமையிலிருந்தே ஒருவரின் ஒட்டுமொத்த வாழ்வின் முழுமையைக் கண்டடைய முடியும். கனவில் நிகழ்வதைக்கூடப் பொருட்படுத்தி எதார்த்த நிகழ்வுக்கு விளக்கம் பெறுபவன். வாழ்க்கையில் தேவையில்லாத ஒன்று எனத் தவிர்க்கப்பட வேண்டியதோ ஒதுக்கப்பட வேண்டியதோ எதுவுமில்லை; வாழ்க்கைக்குள் வந்துப்போகும் அனைத்தும் பொருளுடையவை. ஒன்றை விலக்கி வைப்பதும் அந்த ஒன்றிலிருந்து விலகி நிற்பதும் அற இழுக்கு. அறம் வழுவா ஒழுங்கே ஆண்மையின் அழகு எனச் சொல்லும் அவனுடைய பேச்சைக் கேட்கக்கேட்க எனது உள்ளத்தின் அலைகள் ஒடுங்கித் தணியும். அவனுடன் ஒருமணி நேரத்தைக் கழித்தால் நொறுங்கிச் சிதறிய என்னைத் திரட்டி சீர் செய்துவிடுவான்.

அங்காளனும் நானும் சேர்ந்தே படித்து வளர்ந்தோம். அவன் படிப்பில் முதலிடம் பெறுபவன்; நான் முதல் பத்து இடத்துக்குள் ஒருவனாக வருவேன். உள்ளூரில் படிப்பை முடித்துவிட்டு நகரத்திற்குச் சென்று படிப்பைத் தொடர்ந்தவன்; நானோ, ஊரைத் தாண்டாமல் கடலுக்குச் சென்றேன். கடலைக் கசடறக் கற்றேன். கடல் எனக்கு எல்லாம் தந்தது. நாளுக்கு மூவேளை உணவும் மாதத்திற்கு முப்போகக் கலவியையும் தடையின்றி தந்தது. நிலத்தைப்போலக் கடல் தனக்கென்று எதையும் உரிமை

கொள்வதில்லை; அது, எந்தவொன்றாலும் அடையாளப் படுத்தப்படுவதுமில்லை. கடலின் மனம் துறவுநிலைக் கொண்டது. நிலத்தாலும் நீராலுமான பூமியில், நீராழியானது சமூக ஒதுக்கம் செய்யப்பட்டது. நிலத்தில் வேர்த் தரித்த மனிதச் சமூகம் தமது வாழ்விலிருந்து கடலை வெளியில் வைத்தது. நிலத்தைவிட மும்மடங்குப் பேருருவம்கொண்டக் கடல், கடவுளால் சபிக்கப்பட்டது. அச்சாபம் எனது உடம்பின் குருதியோட்டத்தில் கலந்துள்ளது. எனவே, நானும் இயல்பிலேயே கடவுளின் விளைவால் சபிக்கப்பட்டவனாகிறேன் என்பதனால் இயற்கையின் விளைவான அங்காளனுக்கு எதிர்ப்போக்கிலேயே இயங்குகிறேன். அணுவுக்குள் நிகழும் இருநிலை எதிர்மை இயக்கம். உயிரியலுலகில் ஆண்பாலும் பெண்பாலும் இணைந்தும் விலகியும் இயங்குவது போலொரு சமன்குலையா சமூக ஏற்பாடு. பெரிய மாலையைத் தூக்கிக் கழுத்தில் சாற்றுவதைப் போல, கரையில் மோதும் அலையை இரு கைக்கொண்டுத் தூக்கி எடுத்து அங்காளனின் கழுத்தில் அணிவித்து, இருமுனைகளைப் பிடித்து இழுத்து நெருக்கிக் கொல்லவேண்டும்.

7

ஆம், தொண்டை நாட்டில் வீராம்பட்டினம் என்னும் மீனவக் குப்பத்தில் வள்ளத்தான் என்ற பெயர்க்கொண்ட, நிகழ்காலத்தில் தொலைந்துபோன நான் இறந்த காலத்தின் சந்துப்பொந்துகளில் ஓர் எலியைப்போலச் சுற்றித் திரிந்தேன்.. இந்தியத் தொல்லியல் துறையின் கட்டுப்பாட்டின் கீழ்க் கொண்டுவரப்பட்டு அகழ்வாய்வு நடக்கும் அருகன்மேடு என்னும் இடத்தில் வம்பா மணல்மேடுகள் மீது சுற்றித் திரிந்தபோது, ரொசாலியோ ரேமா என்னும் பெயர்க்கொண்ட யவன நாட்டுப் பெண்ணொருத்தியின் புதையுண்ட ஆவி மண்மேலெழுந்து என்னைத் தழுவியது. இருபது நூற்றாண்டுகளுக்கும் முந்தைய ஆவி, இருபதாம் நூற்றாண்டில் வாழும் இடைக்காரி நாட்டுக் கழிமுக மீனவனான எனது உடம்புக்குள் அடைக்கலமானது.

மனிதரைப் பற்றிய வரலாறு மனிதச் சமூகவுறவுகளைத் தோண்டினால் மட்டுமே கிடைக்கும்; அன்றி, மணல் மேடுகளைத் தோண்டினால் எப்படிக் கிடைக்கும் என்ற கேள்வியோடு திரிந்த என்னை, ஆயிரத்தித் தொள்ளாயிரத்தி நாற்பத்தி ஏழாம் ஆண்டின் டிசம்பர் மாதப் பனிப் படர்ந்த மாலையில் பொந்திஷேரி வெள்ளை நகரத்தின் கடலோர முட்டுச்சந்தில் மடக்கிப் பிடித்தாள், ரேமா. அடிப்பனை எனக் கறுத்துத் திரண்டுப் பிடரி மயிர் வழிய, வழித்தவறி வந்த இறைத் தூதுவனைப்போலத் திகைத்து நின்றேன். அருகன்மேட்டில் புதையுண்டு புழுங்கிய வாடை எதிரில் நின்ற ரேமாவின் உடம்பிலிருந்து வீசியது;

“இரண்டாயிரம் ஆண்டுகளுக்கு முன்பொருமுறை உன்னைச் சந்தித்திருக்கிறேன். உன் பெயர் வள்ளத்தான். என் ஞாபகம் சரிதானே?” பிரெஞ்சும் தமிழும் கலந்த மொழியில் பேசினாள்.

திகைத்து நின்ற நான் அவளைக் கலவரத்துடன் பார்த்தேன். விடைத்து நிமிர்ந்துப் படம் விரித்து நெளியும் நல்லபாம்பின்

82 அருகன்மேடு

உடம்பிலிருந்து பச்சை மிளகாயின் நறுமணம்; வெள்ளை நகரத்திற்கே உரிய அந்நறுமணம் அவள் பேசியத் தமிழிலும் கமழ்ந்தது. எனக்குப் பேச்சு எழவில்லை; நா குழறியது. பார்வைக்குள் அடங்காத ரேமாவின் கூழாங்கல் முகம் சிரித்தது. நடுங்கும் பத்து விரல்களால் அவளுடைய பரந்த முகத்தை ஏந்தினேன். அவள் பொலப்பொலவெனக் கொட்டிவிட்டாள்; எனது உள்ளங்கைகளில் வம்பா மணல் மட்டுமே ஒட்டியிருந்தது.

வெள்ளை நகரத்து முட்டுச் சந்திலிருந்து கடற்கரைச் சாலையைக் குறுக்காகக் கடந்து அலைத்தடுப்புச் சுவர்மேல் கடலைப் பார்த்தபடி அமர்ந்தேன். ஊர் வெறிச்சோடி பனி இறங்கியிருந்தது. கீழேக்குதித்து அலைகளில் கால்கள் நனைய வீராம்பட்டினம் நோக்கி நடந்தேன். நகரத்திற்கு வெளியே கழிமுகத்தைத் தாண்டியபோது, பின்னாலிருந்துத் தோளைத்தொட்டு ஒரு குரல் பேசியது;

“வள்ளா, நான் உன் ரேமா, காலத்தில் தொலைந்தவளை அதற்குள்ளாக மறந்துவிட்டாயா?”

என்னைத் தொட்டுத் தொடர்ந்துவரும் நல்லபாம்பின் பச்சைமிளகாய் வாடை அடர்த்தியாய் முகத்தில் படிய, பின்திரும்பி ரேமாவைப் பார்த்தேன்;

‘காலம் மேலேமேலேப் படிந்து உனது முகத்தின் அடையாளத்தை மாற்றிவிட்டது; ஆனாலும் உனது உடம்பின் பச்சைமிளகாயின் மணம் இன்றும் அப்படியே இருக்கிறது. அன்று அருகன் பட்டினத்து நாவாய்க் கரையில் வைத்து நம் அறிமுகம் நிகழ்ந்தது. நீ உன் அம்மாவுடன் மீன் வாங்க அதிகாலையிலேயே கடற்கரைக்கு வந்திருந்தாய். என்னிடமிருந்தச் சுறவத்திற்கு அம்மா பேரம் பேசினார். பேரம் படியாததால் அம்மா அடுத்தப் படகை நோக்கிப்போக, நீ வைத்தக் கண்ணை எடுக்காமல் என்னையே பார்த்து நின்றாய். ஆழத் தைக்கும் இந்தப் பார்வை எனக்குப் புதியது. தூண்டில் முள்ளைக் கவ்வியச் சுறவக் குட்டியாகத் துள்ளினேன். ரேமா என்று உனது பெயரைச் சொல்லி அறிமுகப்படுத்திக்கொண்டாய். நான் தவிப்போடு உன்னைப் பார்த்து வாய்ப் பிளந்து நிற்க; குறும்புக்காரி செங்கழுநீராள் தன்னிடுப்பிலிருந்த மீன் கூடையால் என்னை இடித்துவிட்டுச் சிரித்தபடிச் சென்றாள்.’

“ஈராயிரமாண்டுகளைக் கடந்த காட்சியைத் துல்லியமாக ஞாபகத்தில் வரைந்து வைத்திருக்கிறாயே, வள்ளா. காற்றில் படிந்தத் தோற்றம்

ஒருக்காலத்திலும் கலைந்துபோவதில்லை. தலையில் சில நரைகள் இழையோடுவதைத் தவிர, உன்னில் பெரிய மாற்றங்கள் ஏதுமில்லை. கண்டதும் நம்மை அடையாளம் கொண்டதில் அதிசயம் ஒன்றுமில்லை. அந்தப் பழையக் கடலின் அதே பழைய வாடையோடு இன்றும் இருக்கிறாய். உடம்புக்கு வயதானாலும் அதன் வாசனைக்கு வயதாவதில்லை. அதாவது, உடம்பில் படியும் காலம் அதன் உள்ளடக்கத்தில் படிவதில்லை. வள்ளா, எப்படியிருக்கிறாய்? இந்தக் காலத்துடன் உன்னைப் பொருத்திக்கொள்ள முடிகிறதா? நீளநீள வாக்கியங்களால் ஓயாமல் பேசிக்கொண்டிருப்பாயே, அந்தப் பழக்கம் இன்றுவரையிலும் தொடர்கிறதா?"

நான் அமைதியாக நடந்தேன். பொழுது முழுவதுமாக இருட்டி, முழுமதியம் தொடுவான் கடல் விளிம்பில் மிதந்தது. பின்தொடரும் ரேமாவின் அணுக்கம்; பின் கழுத்தில் மூச்சுக்காற்றின் சூடு படர, பிடரிச் சிலிர்த்துத் திரும்பினேன். என்னை நேர்க்கொண்டு கட்டியணைத்து இறுக்கினாள். அந்த இறுக்கத்தில் இடைப்பட்ட நூற்றாண்டுகள் நொறுங்கின. உப்பனாறு கடலில் கலக்கும் முகத்துவாரத்தில் ஆளில்லா ஒற்றைப் பாய்மரப்படகு மிதந்து கொண்டிருந்தது. ஆற்றில் இறங்கி நீந்தி, படகைக் கரைக்கு இழுத்துவந்தேன், ரேமா படகில் ஏறிக்கொண்டதும் அதை எதிர்க்கரைக்குச் செலுத்தினேன்.

நனைந்த மேலாடையை அவிழ்த்துப் பிழிந்து, படகின் குறுக்குப் பலகை மீது உலரப்போட்டேன். வேட்டியை இறுக்கிக் கட்டியபடி ரேமாவைப் பார்த்தேன். ஆற்றின் நடுவில் துடுப்பசைவின்றி நிலையாக நின்ற படகில் பனிச்சிற்பமென உறைந்திருந்தவளைத் தொட்டுத் தடவினேன்;

'ரேமா, இந்த இரவு எனது குடிலிலேயே தங்கிவிடுகிறாயா? சங்ககாலக் கலவிமுறையை உனக்குப் பயிற்றுவிக்கிறேன். உன்னைக் கண்டதுமே எனது தவிப்பு முட்டிமோதத் தொடங்கிவிட்டது; சிறு பிளவுக் கண்ட இந்தக் கல்லணை இவ்விரவு தெறித்துச் சிதறவேண்டும். விடியலில் ஆளில்லாப் படகைப்போல நான் கரையொதுங்க வேண்டும். பெண்ணைத் தின்றே வயிறு வளர்த்தவன் இரண்டாயிரமாண்டுகளாகப் பட்டினிக்கிடக்கிறேன். மேற்குத் தொடர்ச்சி மலையே, இந்த இரவு விடிவதற்குள் அடிமேல் அடிவைத்து லிங்கரூபத்தால் உன்னை அளந்து முடிக்கவேண்டும்.'

படகு எதிர்க்கரையை அடைந்ததும் இருவரும் இறங்கிக்

கொண்டோம். படகைப் புல் தரையில் தரிக்கப்பட்டிருந்த முளைக்குச்சியில் கட்டினேன். அவள் எதுவும் பேசவில்லை. எனது இடக்கை விரல்களைத் தனது வலக்கை விரல்களோடு கோர்த்து இருக்கிப் பிடித்துக் குடிலை நோக்கி நடந்தாள். முழுநிலா கடலில் மஞ்சளைக் கரைத்திருந்தது. ரேமா எனது உதடுகளைக் கவ்வித் தின்றபடிச் சொன்னாள்;

“உன்னைத் தின்று பசியாறவே கண்டம் தாண்டி வந்திருக்கிறேன். இந்த நடுயிரவில் இயேசு பிறக்கப்போகிறார். இன்று, சாமி பிறந்தத் திருநாள். புத்தாண்டு பிறக்கும்வரை உன்னுடன் இருப்பேன். அதுவரை என்னை ஒரு பெண்ணாகத் தொடு. அருகன்மேட்டில் கையகப்படுத்தப்பட்டுள்ள தொல்லியல் துறையின் நிலப்பகுதியைப் போல என்னைத் தோண்டிக்கொண்டிருக்காதே.”

‘ரேமா, மனித மெய்யியலின் அடிப்படையே கலவி என்னும் இயங்கியலாலானது. மெய்வருத்தக் கூலியென்பது கலவியால் விளைவது. கலவியில் சிறந்தச் சமூகமே கலை அறிவியலில் முதன்மைப்பெறும். புணர்ச்சிவழி உடம்பில் நிகழும் மெய்யியல் திளைப்பே, இனப்பெருக்கத்தின் வழி நம்மை சமூகவுயிரியாகப் பரிணமிக்கச் செய்கிறது. உடம்புகளின் கலவி விசையே சமூக இயந்திரத்தை இயக்குகிறது. பிரெஞ்சிந்திய ஆலைத் தொழிலாளர்கள் முதலாளிகளுக்கு எதிராக வேலைநிறுத்தத்தில் ஈடுபடுவதைப்போல ஆணாதிக்கத்துக்கு எதிராகப் பெண்கள் இனவுற்பத்தியைக் கைவிட்டு வேலைநிறுத்தத்தில் ஈடுபட்டால் சமூக இயந்திரத்தின் இயங்கியல் தடைப்பட்டுத் துருவேறிச் சிக்கிச் சிதைந்துபோகும். உனது ஆட்களுடன் சேர்ந்து அருகன்மேட்டைத் தோண்டுவதைவிட என்னை நீ தோண்டினால் வரலாற்றுத் தடையங்கள் நிறையக் கிடைக்கும்.’

“வள்ளா, உன்னைக் கிடத்தி ஏறிப்புணரும்போது உடம்பிலிருந்து வரலாறைத்தானே தோண்டுகிறேன். உடம்பும் அதைப் பொருள்படுத்தும் மொழியுமின்றி உயிரியல், சமூகவியலாகப் பரிணமிக்காது. அதுசரி, நீ காலமெல்லாம் தனியாகத்தான் வாழப்போகிறாயா? மதத்தையும் அரசியலையும் தாண்டி வேறெதையும் பொருட்படுத்தாத உனது நிலத்தில், நீ என்னவாக அடையாளப்படப் போகிறாய்? பிரிடிஷ் இந்தியா விடுதலைப் பெற்றுவிட்டது; நாளை இந்தப் பிரெஞ்சிந்தியாவும் விடுதலைப் பெற்று இந்தியாவுடன் இணைந்துவிட்டால் எனக்கும் உனக்குமான காலனிய அரசியலுறவும் அறுந்துப்போகும். எனவே, இரண்டோர்

ஆண்டுகளில் பிரான்சிற்கு வந்து என்னுடன் சேர்ந்துவாழத் தொடங்கிவிடு. உன்னைப் போலொரு கீழைத்தேய மாயயெதார்த்தப் பொருள்முதல்வாதியை வேறெங்குக் கண்டடைவேன்? நான் உன்னைக் கைத்தவறியும் சிலமுறை வேண்டுமென்றே தொலைத்தாலும் காலம் என்னை உன்னிடம் மீண்டும் மீண்டும் கொண்டுவந்துச் சேர்க்கிறது.''

'ரேமா, இந்தப் பூமியில் எங்கோ ஒரு புள்ளியில் என்னைப் பற்றிச் சிந்திக்கும் ஒருயிரி நீ இருக்கிறாய் என்ற எண்ணத்திலேயே வாழ்கிறேன். எதையும் முன்கூட்டித் திட்டமிடும் பழக்கம் எனக்கில்லை. கைப்பிடியளவுள்ள இந்தப் பொந்திஷேரியுடன் இந்தியத் துணைக்கண்டம் இணைந்தாலும், நான் இங்கேயே இருப்பேன். இதற்கு முன்பெல்லாம் கடல் வழியே வந்தாய்; இம்முறை வான்வழியே வந்திருக்கிறாய். அறிவியல் மாற்றங்கள் செய்யும் மாயங்களால் நாம் மயக்க நிலையிலிருக்கிறோம். நான் ஒரே இடத்தில் இருக்கிறேன்; நீ வழக்கம்போல உலகைச் சுற்றி வா. நீ என்னைத் தேடிவரும்போது உனது உடம்பின் வழியே உலகின் பிறப் பாகங்களைத் தொட்டறிகிறேன்.'

''விடியாத இரவுகளாலான உனது நிலத்தில் விண்மீன்களுக்குத் தூண்டில்போடுபவன் நீ. உன்னை வேரடி மண்ணோடு பெயர்த்தெடுத்தாலும் இந்த ஒரு துண்டு வீராம்பட்டினக் கடலையும் உடன் எடுத்துவர விழைவாய். உப்பனாற்றங்கரையில் தரித்த முளைக்குச்சியில் படகைக் கட்டியதைப்போல உன்னை இங்கே ஒரு துண்டு நிலத்துடனும் அதில் இயங்கும் காலத்துடனும் சேர்த்துத் தரித்திருக்கிறாய். இரண்டாண்டுகளுக்கு முன்பு பிரமிடுகளின் பூமியில் தொல்லியலாய்வுக் குழுவினருடன் இருந்தேன். கெய்ரோவில் நான் தங்கியிருந்த விடுதியின் சாளரத்திலிருந்து அதிகாலையில் காபி அருந்தியபடி அந்தக் கீஸா பிரமிடைப் பார்த்தபடி இருப்பேன்; ஆனால், எண்ணமெல்லாம் நீயே எழுந்து நின்று நிறைந்திருப்பாய். வள்ளா, கிளையிலிருந்து விழும் பழுத்த இலையைப் போலக் காலம் உன்னில் திணிந்திருக்கிறது. நீ முடிவில்லாதவன்.''

'காலத்தின் வெற்றிடத்தைச் சொற்களால் திணிக்கிறோம். ஒரு வரலாற்று உயிரியாக வாழ்வதை நான் பெற்ற சாபம் என்றே கருதுகிறேன். சபிக்கப்பட்டவனே வரலாற்றைச் சுமக்கிறான். ரேமா, என்னைக்கொண்டு ஒரு கதையை உன்னால் செய்யமுடியாது; ஒரு கட்டுரையைத்தான் எழுதமுடியும். இது காப்பியங்களால் கட்டமைந்த

சமூகம்; இதில் நான் மட்டும் நீலகேசியைப்போல மெய்யியல் தர்க்கங்களால் கட்டமைந்திருக்கிறேன். கதைசொல்லத் தெரியாதவனால் கலவியில் திறம்பட செயல்பட முடியாது; ஏனெனில், மனிதர்கள் கதைகளாலானவர்கள்; கதைகளின் போதாமையால் வரலாற்று நெருக்கடிக்கு ஆளாகிறார்கள். தொல்லியல் ஆய்வுகளைக், கதைகளைக் கண்டெடுக்கும் அறிவுமுறையாகத்தான் பார்க்கிறேன். என்னை நீ முரண்படலாம்; முரண்படுவதில் விளையும் தர்க்கத்தால் என்னைக் கட்டமைத்துக் கொள்கிறேன். ஒற்றைக் கதைக்கூறலுக்கு ஓராயிரம் வாசிப்புகள் என்கிறாய்; தர்க்கத்தில் விளைவதே வேறுபடும் வாசிப்புகளும் வகைகளும். ரேமா, செத்து உயிர்த்தெழுவதே இயங்கியல்; ஆனால், மரணமில்லாப் பெருவாழ்வு என்னும் அபத்தத்திற்குள் அடைபட்டிருக்கிறேன். அதிலிருந்து நீதான் என்னை விடுவிக்க வேண்டும். நெடுங்கடல் நீர்வெளியாலேயே வாரிச்சுருட்டி என்னைக் கொல்ல முடியாதபோது நீ எப்படிக் கொல்வாய்? ஆதியில் என் தாய் ஒரு வெற்றிடமாகவே இருந்தாள்; நான், அதிலிருந்து உருவாகி வெளிவந்தவன். எதிரில் நிற்கும் உன்னையும் ஒரு வெற்றிடமாகவே உருவகிக்கிறேன். அம்மா என்னும் வெற்றிலிருந்து வெளிவந்த நான் ரேமா என்னும் பிரிதொரு வெற்றில் உள்நுழைந்து சாகவேண்டும். இது கொலையோ தற்கொலையோ இல்லை; இவற்றிற்கும் அப்பால், தர்க்கத்தைக் கடந்தப் புனைவால் நிகழும் ஓர் அதிசயம். என்ன மௌனமாக இருக்கிறாய்? நடுயிரவு பன்னிரெண்டு மணி. இயேசு பிறந்துவிட்டான். பொந்திஷேரி சம்பாக்கோவில் மணி தூரத்தில் ஒலிக்கிறது. குருதியீரக் குழந்தையின் அழுகுரல் அருகன்மேட்டிலிருந்துக் கேட்கிறது. வா, நூற்றாண்டு கால அளவுகொண்ட நீள் முத்தத்தைத் தா. முத்தத்திலிருந்து நமது உடம்புகளைக் கலைத்து முறையாக அடுக்குவோம்.'

“வள்ளா, நூற்றாண்டுகளைச் சொற்களால் கடப்பது மிக எளியச் செயல். மனிதரின் மொத்த அறிவும் ஒரு புள்ளியில் திரண்டு எதிர்காலத்தில் ஒற்றைச் சொல்லில் தேங்கும். அப்பொழுது அங்கு நீயும் நானும் என்னவாகப் பொருள்படுவோம்? அறிவின் அதீதத்தில் பால் வேற்றுமை அழிந்து நிற்போம். முட்டைக்குள் இரட்டைக் கருக்கள் போலே ஒற்றை உடம்புக்குள் நீயும் நானும் அடைந்திருப்போம். இந்தத் தருக்கம் அன்றும் தொடரும். மனிதவுயிரியின் முடிவே உலகின் முடிவாக இருக்கும். சொற்களால் கட்டமைந்த மூளையே பூமியைப் பொருளுடையதாக்குகிறது. பேசும் உயிரிகள் இல்லாவிட்டால் நிலம் நிலைக்காது. இந்தப்

பேச்சை இங்கேயே நிறுத்துவோம். இன்று மாலை வெள்ளை நகரத்தில் உன்னை எதிர்க்கொள்வேன் என்ற உள்ளுணர்வு காலையிலிருந்தே எனக்கிருந்தது. நான் ஃபிரான்சில் இருக்கும்போதும் பொந்திஷேரியிலிருந்து உனது எண்ணங்களால் இயக்கப்படுகிறேனோ என்னும் சந்தேகம் எனக்கிருந்தது. சில மாதங்களாக எனது கனவுகளில் மோந்த்பர்னேஸ் கல்லறைத் தோட்டத்தில் பூங்கொத்தை வலக்கையில் பிடித்தபடி யாருடைய கல்லறையையோ தேடுகிறேன். நான் தேடும் கல்லறை கண்ணில் பட்டதும்தான் அதனுள் அடக்கமாகியிருக்கும் இன்னாரைத்தான் தேடுகிறேன் என்ற முடிவுக்கு வருவேன் என்னும் நினைப்போடு குறுக்கும் நெடுக்கும் தேடுகிறேன். நான் தேடுவது யாருடைய கல்லறையை என்று அறுதியிட முடியவில்லை. வள்ளா, கனவுக்கு வெளியில் உன்னைத் தேடுகிறேன்; கனவில் யாரோ ஒருவரின் கல்லறையைத் தேடுகிறேன். ஒவ்வொரு முறையும் உன்னைக் கண்டடைய நூறாண்டுகளுக்கும் மேல் தேவைப்படுகிறது. புதிய உளநோயாகக் கனவில் பெயர் தெரியாத யாரோவொருவரின் கல்லறையைத் தேடும் பழக்கமும் பீடித்திருக்கிறது. அதனாலேயே பிரமிடுகளின் பூமியிலிருந்து இங்கு வந்துவிட்டேன். இன்று என்னெதிரே குருதியும் சதையுமாக நிற்கிறாய். நான் தேடும் கல்லறைக்கும் உனக்கும் ஏதேனும் தொடர்பிருக்கிறதா என்ற சிந்தனையும் என்னுள் ஓடிக்கொண்டிருக்கிறது. ஒன்று மட்டும் உறுதி; நான் படிப்படியாக மனச்சிதைவிற்கு ஆளாவதற்கு நீயே காரணம். எனவே, நான் இங்கு உன்னுடன் தங்கப்போகும் ஆறு நாட்களில் என்னை அகமும் புறமுமாகக் கலைத்து, திசைகளை மாற்றிக் கோர்த்துப் புதியப் பெண்ணாகப் பொருண்மை செய். மாயனே, கலவியால் என்னில் வரைமுறையற்ற கலகம் செய். காமத்தின் முன் இந்தக் கிழக்குக் கடலைச் சிறுமை செய்.''

'ரேமா, இந்தப் புதுச்சேரி நகரக் கடலில் கரையிலிருந்து ஐநூறு அடி தூரத்தில், இயற்கையிலேயே சிறு குன்று மேலெழுந்து நின்றிருந்தால், கடலாலான நிலக்குடிகளின் மனநிலை வேறுவகையில் அமைந்திருக்கும். கடலில் இறங்கி நீந்தித் தொடும் தூரத்தில் குன்று. நிலைத்த ஒன்றிலிருந்து வேறாகத் திரிந்த ஒரு காட்சி. இயல்பிலிருந்து முரணுவதே படைப்பின் அடிப்படை. மனிதச் சமூகம் வரையறுக்கப்பட்ட அரசியல், நில எல்லைகளுக்குள் அடைபட்டுவிட்டது. நிலம் நமக்குப் போதுமானதாக இல்லை. போதாமையிலிருந்தே படைப்பு மனம் விரிவடைகிறது. ஒருவருக்கு ஒருடம்புப் போதுமானதாக இல்லை என்பதால் கல்லறைத்

தோட்டத்தில் உனக்குப் பொருந்திவரக்கூடிய வேறுசில உடல்களைத் தேடுகிறாய்.'

"ஆம், உயிருள்ளவர்களில் எனது உடம்புக்கு ஏற்றவரைத் தேடியடைவதில் பெரும் சிக்கல்கள் உண்டாகின்றன. புதைந்தவர்களைப் பற்றிய கல்லறை வாசகங்கள், சகமனிதரிடம் எனக்கான உரையாடலை வளர்த்தெடுக்கத் துணைப்புரிகின்றன. பேச்சறுந்த நிலையில் ஒருபோதும் நான் தவித்து நின்றதில்லை. இருப்பவரைவிட இல்லாதவர் விட்டுச்சென்ற சொற்களிலிருந்து என்னைப் பெருக்கிக்கொள்கிறேன். ஒருமையில் அடைபட்ட மனிதவுடம்பை மொழியே பன்மை செய்கிறது. வள்ளா, மொழியின் துணையின்றி உன்னை என்னால் புணரமுடியாது. உனக்கும் எனக்குமான இடைவெளியை மொழியைக்கொண்டு இட்டு நிரப்புகிறோம். உடம்பின் பரிமாணம் மொழியால் துலங்குகிறது. ஐம்புலன் ஒடுங்கும் மரணத்தில் ஆறாம் புலனாம் மொழியும் ஒடுங்கிவிடுகிறது. மீண்டும் சொல்கிறேன், மொழியால் உடம்பையும் உள்ளத்தையும் கலைத்து அடுக்குவதால் இறப்பைத் தள்ளிப்போடுகிறோம். மரணமற்ற பெருவாழ்வே இயற்கை வழமைக்கு எதிரான உச்சக் கலகம். உனது தமிழ் மரபில் கடவுளுக்கு எதிரானவர் சித்தர்; காலத்தை கலைத்து அடுக்கி மரணத்துடன் விளையாடுபவரே சித்தர்."

'ரேமா, இந்தப் பனியிரவில் கடற்கரையில் பழையச் சொற்களைக் கொண்டு புதிய காலத்தைப் பற்றிப் பேசுகிறேன். எதிர்காலத்தில் நின்று இறந்த காலத்தைத் திரும்பிப் பார்க்கும்போது அங்கு ஒரு கதையாக நான் தேங்கியிருக்கக்கூடாது. காலவோட்டத்தில் ஆங்காங்கே தேங்கி நிற்பவர்க்கே மரணம் நிகழும். உயிர்வாழ்வதில் நான் சலிப்படைவதே இல்லை. கடலை பனி மூடிவிட்டது. பிரெஞ்சு நாட்டுக் கப்பலின் விளக்குகள் மங்கலாகத் தெரிகின்றன. இந்தக் கப்பலில் சனவரி முதல் நாள் நீ உனது நாட்டை நோக்கிப் பயணிப்பாய். ஓயாமல் அசைந்தாலும் கடல் என்னைப்போல இடம்பெயர்வதில்லை. சுழலும் பூமியிலுள்ள உயிரினங்களில் பூமியைப் பற்றி ஓயாமல் சிந்திக்கும் உயிரி மனிதரைத் தவிர வேறெது? நான் இந்தக் கோளகையில் இன்னும் இருக்கிறேனா என்று நூற்றாண்டிற் கொருமுறை எட்டிப் பார்த்துவிட்டுச் செல்வதைத் தாண்டி எனகென்று இல்லாததை என்ன தந்துவிட்டாய்? ரேமா, நான் கண்காணா இடத்திற்கு, நிலம்விட்டுத் திசைமாறித் தொலைந்துபோக வேண்டும். கொலையும் தற்கொலையும் மட்டுமே என்னை அற்றுப்போகச் செய்யும் இயல் இருப்பில் கிடந்து

அல்லாடுகிறேன். அழுதறியாத நான் தொடர்ந்துப் பேசினால் அழுதுவிடுவேன். வா குடிலுக்குப் போவோம்.’

“கொஞ்ச நேரத்திற்கு முன் பிறந்த தேவதூதன் காலமெல்லாம் அழுகை தேங்கிய முகத்துடனே வாழ்ந்துவருகிறான். அவனுக்கும் உன்னைப்போல அழத்தெரியாது. தனித்துவிடப்பட்டவர் அழுவதில்லை. கடவுளைக் கைவிட்டவர் வாழ்க்கையில் தனித்துப்போகிறார். கடவுளைக் கைக்கொண்டவர், வாழ்தலின் வழியே தன் மரணத்தைத் தள்ளிப்போடுகிறார். பேசும் உயிரிகள் மொழியால் தமக்கொரு கடவுளைச் செய்துக்கொள்கின்றன. மொழியே கடவுளின் இயங்குத் தளம் என்பது அதிசயமான உண்மை. வள்ளா, நமக்கு வெளியே இந்தச் சமூகம் மகிழ்ச்சியாக இருக்கிறது. மனித உறவுகளால் உள்ளத்தில் நிகழும் மலர்ச்சியே மகிழ்ச்சி. மகிழ்ச்சி என்பது சமூகக் கூட்டியக்கத்தால் ஒருவருக்குள் விளைவது. நீ உனது சமூகத்திலிருந்து விலகியிருக்கிறாய். ஊருடன் ஒன்றி வாழ்வதைத் தவிர்க்கிறாய். உனது குடிக் கடவுள் ஊருக்கு வெளியே காலங்காலமாய்த் தனித்து நிற்கிறது; அதைப்போலவே நீயுமிருக்கிறாய். ஐயனாரப்பனைப் போலச் செங்கழுநீராளும் தனித்தே இருக்கிறாள். நீ இந்தச் சூழலிலிருந்து வெளியேறி என்னுடன் வந்துவிடு.”

‘கால்களில்லா கடலுயிரிகள் போல, வேர்களில்லா கடல் தாவரங்கள் போல இந்த நிலத்துடன் எனது உறவை அறுத்துக்கொண்டு உன்னுடன் மிதந்துத் திரியச் சொல்கிறாயா? ரேமா, நான் குடியுடன்தான் இருக்கிறேன்; ஆனால், ஒட்டாமலிருக்கிறேன். கை நிறைய பொருளீட்டுகிறேன்; அதை எனக்கென்று சேமிக்காமல் பிறருடன் பகிர்ந்துகொள்கிறேன். குடியுறவு, தொழிலுறவு தவிர குருதியுறவு என்னிலிருந்துக் கிளைக்கவில்லை. எனது மாயயெதார்த்த இயங்கியலின் காலத்தை என்னால் அறுதியிட இயலவில்லை. மொழியுடன் பிறந்தவன்; அதைப்போலச் சீரிளமைக் குன்றாமல் இறப்பற்று இருக்கிறேன். உடம்பையும் உள்ளத்தையும் வசதியாக வைத்திருக்கிறேன், அதனால் கதைக்குள் அடைப்பட மறுக்கிறேன். ரேமா, என்னைப் பற்றி நீ பேசுவதோ, உன்னைப் பற்றி நான் பேசுவதோ நமது உறவில் சிக்கலை ஏற்படுத்தும். அவரவர் அவரவர்களைப் பற்றிப் பேசுவதில் மட்டுமே தெளிவிருக்கும். காலம் கடந்த நமது உறவில் எதார்த்தமில்லை. போர்வயின், பொருள்வயின் குடிப்பிரிந்தச் சமூகத்தின் உறுப்பினன் நான். இன்று எதன் பொருட்டும் பிறந்த நிலத்தைப் பிரிவதில் உடன்பட மறுக்கிறேன். உனது போக்கில் என்னைப் பார்த்துவிட்டுப் போ;

நான் இடம்பெயராமல் இங்குத்தான் இருப்பேன். அதுசரி, இந்த டிசம்பர் பனியிரவில் உனது மீட்பர் பிறந்த நள்ளிரவை இப்படியே பேசிப் பேசிக் கடக்கப்போகிறோமா? ரேமா, ஈர முத்தத்தால் இந்தக் காய்ந்த விதையை முளைக்கவைக்க முடியுமா?'

"இனவுடம்புகளின் வகைமையை நானறிவேன். எல்லா உடம்புகளின் வழியாகவும் ஒரே ஆணைத்தான் தொடுகிறேன். யாரொருவரிடமும் என்னை மிச்சம் வைப்பதில்லை. உன்னிடம் மட்டுமே ஒவ்வொரு முறையும் கொஞ்சம் மிச்சம் வைத்துச் செல்கிறேன்; அதனாலேயே உன்னிடமிருந்துப் பிரியும்போது என்னை மூளியாக உணர்கிறேன். வள்ளா, எனது மிச்சத்தில் உன்னால் உயிர்வாழ முடிகிறது. உன்னிடம் நான் விட்டுச்செல்லும் என்னுடம்பின் மிச்சம் உன்னை வழிநடத்துகிறது. நான் இல்லாத இடத்தில் நீ இருக்கும்போது உனக்குள் இருக்கிறேன். உற்றுக் கவனித்தால் உன்னிலிருந்து நான் ஒருபொழுதும் விலகுவதே இல்லை என்பதை அறிவாய். தாய் விலங்கின் உடம்புக்குள் கருவளரும்; தாய்ப் பறவையின் உடம்புக்கு வெளியே முட்டைக்குள் கருவளரும்; அதுபோலவே, உனக்கு உள்ளேயும் வெளியேவும் நான் உயிர் வளர்கிறேன். உனக்குள் கணம்தோறும் வளரும் வெற்றிடத்தில் நான் நிரம்பியபடியே இருக்கிறேன். அதனால்தான் காலவெளியில் எதிரெதிர் திசையில் பயணித்தாலும் நாம் தொன்றுதொட்டுத் தொடர்பிலேயே இருக்கிறோம்."

'ரேமா, நீ இல்லாமல் உயிர்வாழ முடிந்த என்னால் உன்னைப் பற்றியச் சிந்தனை அறுந்து ஒரு கணமும் உயிர்த்திருக்க இயன்றதில்லை. எதிரெதிர் துருவங்களில் வாழ்ந்தாலும் சிந்தனையின் வேகம் நம்மை இணைத்துவிடுகிறது. காலவெளியில் ஒற்றைப் புள்ளியில் நம்மால் ஒரு கணமேனும் தரிக்க இயன்றதில்லை; எனவே, நம் வாழ்விற்கு முடிவென்றவொன்று முன்நின்றதில்லை. உடம்பும் உள்ளமும் கணப்பொழுதும் விலகாது ஒன்றிய நிகழ்வின் விளைவு, தொடர்ப் பயிற்சியினால் நமக்கு வாய்த்தது. நாம் அதிமனிதர்கள் இல்லை; நம் உடம்பு நம் உரிமை என்னும் ஆதிமனிதரின் அடிப்படை அரசியல் அறிவுடன் இயங்குகிறோம். ஊருடன் ஒன்றி வாழ் என்னும் முதுமொழி சமூக உடம்புகளுடன் பிணைந்து வாழ்வதையே சொல்கிறது. கூட்டுச் சமூகத்தில் தனியுடம்பிற்கு மரணமில்லை. உடம்பால் தனித்திருந்தாலும் தனி மரத்தின் அடிவேர் ஒன்றுடனொன்று பின்னிப் பிணைந்திருக்கிறது. நம் உடம்புகள் பிரிந்து இயங்கினாலும் வேர்கள் பிணைப்பறுப்பதில்லை.'

பேசியபடியே குடிலை நோக்கி நடந்தோம். வாசல் கதவின் மேல் குறுக்குச் சட்டத்தில் வைத்திருந்த திறவுகோலை எடுத்து கதவுகளைத் திறந்தேன். மின்விளக்குகளை எரியவிட்டேன். ரேமா தனது காலணிகளை அவிழ்த்து மூலையில் பாதங்களாலேயே ஒதுக்கிவிட்டு, உள்ளறைக்குள் நுழைந்து பரந்தக் கட்டில் மேல் அசதியோடு கால்களை நீட்டிப் படுத்தாள். அவன் தனது மடிக்கணினியை எடுத்து சாளரத்தினோரமிருந்த மேசைமீது வைத்தான். அவள் கழிவறைக்குச் சென்றாள். அவன் சமையலறைக்குச் சென்று இரண்டு கண்ணாடிக் குடுவைகளில் பழச்சாறு கொணர்ந்தான். அவளிடம் ஒன்றைக் கொடுத்தான்;

'ரேமா, இப்பொழுது நாம் எந்த நூற்றாண்டில் எந்தப் புள்ளியில் இருக்கிறோம் என்பதை உய்த்துணர முடிகிறதா?'

"நான் காலத்தைக் கணக்கிடுவதில்லை. எந்தவொன்றையும் உற்று நோக்கினால் அந்தவொன்று உன்னை இடம்பெயர்த்துத் தன்னுடைய நிகழ்காலத்தில் பொருத்திவிடும்."

'நீ காலத்தைக் கணக்கிடுவதில்லை என்பதை உனது முகப்பொலிவைக் கொண்டே அறியமுடிகிறது. உனக்கு முதுமை என்பதே இல்லையா?'

"நாள்தோறும் காதலோடு உடலுறவுகொண்டால் உடம்பில் முதுமைப் படியாது என்னும் குறிப்பை இயற்கை மருத்துவ நூலொன்றில் படித்திருக்கிறேன். அதுசரி, ஆணுறை வைத்திருக்கிறாயா?"

'இந்த இரவு உன்னுடன் கழிப்பேன் என்பதை முன்கூட்டியே அறியவந்ததால் அதை நேற்றே வாங்கிவைத்துவிட்டேன்.'

"வள்ளா, நாம் நேற்றைக்கும் இன்றைக்கும் நடுவிலிருக்கிறோம். அம்மண உடம்புகளுக்கு நடுவே பரிதி முளைக்கப்போகிறது. கூடி விலகும்பொழுது விடிந்துவிடும். நாளை மாலைவரைத் தூங்கப்போகிறேன்."

'ரேமா, நாளை மாலை கடலுக்குள் செல்வோம். இரவு முழுவதும் ஆழ் கடலலைகளிலேயே மிதப்போம். நடுக்கடலைவிட கலவிக்கு உகந்த வேறோரிடம் புவிமிசை இல்லை. கடலலைகளைவிடப் புணரும் உடம்புகளுக்கு ஒத்திசைவானத் திரவநடுக்கம் வேறெங்குமில்லை.'

"வள்ளா, புணரும்போது வாய்கள் பேசுவதில்லை."

8

இன்று மாலை அங்காளனைச் சந்திக்க வேண்டும். ஒருவாரமாகக் குடிலுக்குள்ளேயே அடைந்துக் கிடக்கிறேன். நான் சாதாரணன்; செய்து முடிக்கவேண்டிய சமூகக் கடமை என்று எதுவுமில்லை. எளியவர்களுக்கு வரலாற்றில் இடமில்லை. எழுதப்பட்ட உலக வரலாறைவிட நினைவுக்கூற முடியாதச் சமூக மறதி பெரியது; அளவிட இயலாதது; மொழிக்குள் அடங்காதது. பகலும் இரவும் என்னைக் கடந்துப்போகும்போது நான் ஒருநாளைக் கடந்துப்போவதை அறிகிறேன். வெளிச்சம் இருட்டு என இரு நிலைகளில் என்னை உள்ளும் வெளியுமாகத் திருப்பி அணிந்துக்கொள்கிறேன். சமூகத்தின் கூட்டு மறதிக்குக்குள் உயிர்வாழ்கிறேன்.

நான் வெளியில் செல்வதில்லை; என்னைத் தேடி யாரொருவரும் வருவதுமில்லை. இச்சமூகத்தில் ஒருவன் என்று என்னைக் குறிப்பிட்டுக்கொள்கிறேன்; ஆனால், என்னைத் தவிர என்னைப் பற்றிய தேடல் சமூகத்தில் பிற உறுப்பினருக்கு இல்லை. இங்கிருந்து நான் வெளியேறிவிட்டாலும் அந்த வெற்றிடத்தை பிறர் உணரப்போவதில்லை. கோவில் குளத்தைச் சுற்றிவந்தால் ஊர் முடிந்துவிடும். தேர் சுற்றிவரும் பாதைகளைத் தாண்டியப் பயணத்தை நானும் அறியேன், செங்கழுநீராளும் அறியாள். கடலை அண்டி வாழும் குடிக்குக் கிழக்கு நீராலானது, அதைத் தாண்டிய வெளியேற்றத்தை இயற்கை அனுமதிப்பதில்லை. நான் இங்கிருந்து வெளியேறினால், என் இன்மையைக் கடல் அறிந்துவிடும்; ஊரறியாது.

காலவோட்டத்தில் எங்கிருந்தோ கடலோரம் வந்தொதுங்கும் பெண்களைத் தவிர வேறுயாரும் என்னைப் பொருட்படுத்துவதில்லை. உற்றுக் கவனித்தால், அப்படியானவர்களால்தான் அடிக்கடி என்னைப் புதுப்பித்துக்கொள்கிறேன். அதனால்தான் கடலையும்

பெண்களையும் என்னால் தாண்டிவர இயல்வதில்லை. எத்திசைச் செல்லினும் அத்திசைச் சோறே என ஒருத்திப் பாடியதைப்போல, எனக்கு எத்திசைச் செல்லினும் அத்திசைப் பெண்ணே எனச் சொல்கிறேன். தனித்துப் போனவனுக்குக் கடவுளும் அவனைக் கடந்துப்போகும் பெண்களும் மட்டுமே சக இருப்பாக உடன் வருகிறார்கள். உயிர்மீட்சி இப்படித்தான் உடம்பில் நிகழ்ந்து கொண்டிருக்கிறது. பெண்களின் உயிர்ச்சாறை உறிஞ்சி என்னுடம்பிற்கான உயிராற்றலைச் சேமித்துக்கொள்கிறேன்; இப்பழக்கம் என்னைப் பெற்றவளிடம் தொடங்கி, ஆளாக்கியவர்கள் வழியாக வளர்கிறது.

நேற்று பார்வையின் கோணத்தில் கடலும் வானும் தொட்டுக்கொள்ளும் விளிம்பில் முழுநிலா அலையில்லாப் பரப்பில் தரைத்தட்டிக் கிடந்தது. கரையில் விளையாடிக்கொண்டிருந்தக் குழந்தைகள் கண்கொள்ளாமல் வாயடைத்துப் பார்த்துக் கொண்டிருந்தனர். சாளரத்தின் வழியே குழந்தைகளையும் நிலாவையும் பார்த்துக்கொண்டிருந்தேன். குழந்தைகளுக்கு நடுவே நின்றுகொண்டிருந்த ஒருத்தி, நான் அவர்களைப் பார்த்துக் கொண்டிருப்பதை அங்கிருந்துப் பார்த்தாள். இருட்டத் தொடங்கக் குழந்தைகள் கலைந்து இல்லங்களுக்குத் திரும்பிவிட்டனர். கடற்கரை அமைதியாகிவிட்டது. அவள் நிலவொளியில் கடலிலிருந்து கழுத்தைத் திருப்பி அடிக்கடி என்னைப் பார்த்தாள். செங்கழுநீரம்மன் கோயில் மணி ஒலித்தது. அவள் என்னை நோக்கி வந்து சாளரத்தை அடைத்தபடி வெளியில் நின்று பேசினாள்;

“பசிக்கிறது, சாப்பிட ஏதேனும் கொடுக்கிறாயா?”

‘என்னுடன் சேர்ந்துச் சமைத்தால் இருவரும் சாப்பிடலாம்.’

அவள் வாசலைத் திறந்து உள்ளே வந்தாள். சாளரத்தை முழுநிலா அடைத்தது. இன்றைய விடியலில் நிலா இல்லை.

ம

இன்று மாலை அங்காளனைச் சந்திக்க வேண்டும்.

பரிதி மேற்கில் சரியும்வரை கடலைப் பார்த்தபடி சாளரத்தின் அருகே அமர்ந்திருந்தேன். காலைக்கடன்களை முடித்ததும் உச்சிவானை நோக்கி ஏறும் பரிதியைப் பார்த்தபடி மரயிருக்கையில் அமர்ந்துவிட்டேன். வாசலை ஒட்டியப் பகுதியில் நிற்கும் தென்னையில் எனக்குப் பழக்கப்பட்ட அண்டங்காக்கை கரைந்துக்கொண்டிருந்தது. ஒருநாளும் மாறாத அதன் சாவு முகம்

என்னை வேவுபார்த்துக்கொண்டே இருக்கும். மூன்றுபேர் சேர்ந்து பெரியவலையை விரித்து உலரப்போட்டனர். குடிகளின் நடமாட்டமின்றி கரை வெறிச்சோடிக் இடந்தது. இரண்டு நாய்கள் எல்லா இடத்திலும் சோம்பித் திரிந்தன. முற்பகலிலேயே வெயில் எரித்தது. சிறு அலைகள் திரண்டெழுந்து மணிக்கு ஒருமுறை பெருமூச்சுவிட்டபடி கரையில் அலுப்போடு கால்களை நீட்டி அயர்ந்தது. கழிவறைச் சென்று சிறுநீர் கழித்துவிட்டுவந்து இருக்கையில் கடலைப் பார்த்து அமர்ந்தேன்.

காக்கை எனது பெயரைச் சொல்லிக் கரைந்ததுபோலக் காதில் விழத் திடுக்கிட்டேன். எனக்கும் கடலுக்கும் இடையே உலர்த்தப்பட்ட வலைமீது கானல் நெளிந்தது. கடலுக்கு மேல் வெற்று வெளியை நோக்க, பார்வையை வெயில் மறைத்தது. மனித நடமாட்டமில்லா உச்சிப்பகல் கடற்கரையில் தத்திக்கொண்டிருந்தக் காகங்களை அந்த இரண்டு நாய்களும் செயற்கையான உற்சாகத்தோடு விரட்டிப்பிடித்து விளையாடின. கடலின் மூச்சுக் காற்றில் உப்பின் அமிலத்தன்மை கூடியிருந்தது. வெந்துத் தணிந்த உடலின் மிச்சச் சாம்பலைத் திரட்டி வேகாத மண் கலயத்தில் அடைத்துக் கடலில் கரைத்ததில் உடையாதப் பானை சிறு அலைகளில் உருண்டுகொண்டிருந்தது. சாம்பலைத் தாங்கிய அந்தக் கலயம் செத்தவுடலாக மாறி ஒரு கண அலையில் இமைக்கும் பொழுதில் புரண்டு மறைந்தது.

பிற்பகலில் அந்த இரண்டு நாய்களும் கண்களில் படவில்லை. வேட்டையறியாத விலங்குகளின் பசியை யாரும் பொருட்படுத்துவதில்லை; அவை பசியோடு கோயில் கோபுர நிழலில் ஒதுங்கியிருக்கலாம். குறு அலைகளில் உருண்டுகொண்டிருந்த வேகாதக் கலயம் மூழ்கியிருக்கலாம். அசைவு இல்லாத இடத்திலும் பொருளியக்கம் தடைப்படுவதில்லை. சமையலறைக்குச் சென்று கொதிக்கவைத்து வடிக்கட்டிய கடுங்காபியைக் கொண்டுவந்து மீண்டும் சாளரவோர இருக்கையில் அமர்ந்தேன். நீண்ட இடைவெளிக்குப் பிறகு அண்டங்காக்கை மீண்டும் கரைந்தது. அதன் கரகரத்தக் குரலின் உலோகத்தன்மை வேறு பறவைகளிடத்தில் கேட்கமுடியாதது. பால் திரிந்த ஆடவரிடத்தில் இத்தன்மையைக் குரலில் அடையாளங்கண்டிருக்கிறேன்.

மேலைத் தொடுவானில் பரிதி சூடுத்தணிய, கடலிலிருந்து காற்றின் பனித்தல் படர்ந்தது. அங்காளனைப் பார்க்கவேண்டும். ஒருவாரமாகக் குடிலிலேயே அடைந்துக்கிடந்ததைச் சொன்னால் வருத்தப்படுவான். குளியலறைக்குள் நேற்றிரவின் வாசனை அவளை ஞாபகப்படுத்தியது.

வாழ்வின் போக்கில் நிலையாகத் தேங்கிவிடும் வாசனை எனக்கு ஒத்துவராது. அவளுடையப் பெயரைக்கூட நான் கேட்டுத் தெரிந்துகொள்ளவில்லை; பிறகு, மறதிக்குப்போகும்வரை அந்தப் பெயருக்குரியவரின் பாரம் மண்டைக்குள் கனக்கும். துவைத்த ஆடையை அணிந்துக்கொண்டு கதவடைத்து வெளியில் வந்தேன். கோயில் மணி ஒலித்தது. அந்தத் தொடரொலிக்குள் எரியும் கற்பூரத்துடன் அவள் பெயர் ஒளிந்திருப்பதாகத் தோன்றுகிறது. பெண்களாலான என்னுடம்பில் உயிர் இருக்கும்வரை அவளும் இருக்கத்தானே செய்வாள்.

அங்காளன் எப்பொழுதும் எனக்கொரு கதை வைத்திருப்பான். அந்தக் கதைகளில் ஒருபோதும் அவனுமோர் அங்கமாக இருந்ததில்லை. கடலோர வாழ்க்கையில் நான் சந்தித்திராத மனிதர்களை உள்நில வாழ்க்கையிலிருந்துக் கொண்டுவந்து எனக்கு அறிமுகம் செய்பவன். அவன் சொல்லும் கதைகளிலிருந்து அறியவந்தவர்களை நேரில் எதிர்கொள்ளும்போது அவர்கள் எனக்கு வேறு வடிவங்களில் வெவ்வேறு உள்ளடக்கங்களில் வெளிப்படுவார்கள். அங்காளன் தனது வாழ்க்கைத் துணைவியையும் பெற்றப் பிள்ளைகளையும் தனக்குள் கதைகளாகத் தொகுத்து வைத்துக்கொள்கிறான். தனது சொந்தக் கதைகளில் சமூக வன்முறையை அண்டவிடமாட்டான். தனது உடம்பிலிருந்து வெளிப்படும் ஒருத்துளி சொந்தக் குருதியைக்கூட அவன் இதுவரை பார்த்ததில்லை.

என்னைக் கண்டதும் உற்சாகத்துடன் தழுவிக்கொண்டான். பேசிக்கொண்டே காலாற நடந்தோம். தென்னந்தோப்பினூடாக நடந்து கழிமுகத்தின் கரையோரம் நின்றோம். பொழுது இருட்டத் தொடங்கியதால் தூண்டில்காரர்கள் அந்த இடத்தைவிட்டுக் கலையத்தொடங்கினர். நாங்களும் வந்தவழியே பின்திரும்பி நடந்தோம். செம்புலப் பெயல்நீர் போல வெளிச்சத்தில் இருட்டு கொஞ்சம்கொஞ்சமாகக் கலந்து தோப்பு முழுமையும் இருண்டது. தூரத்தில் அங்காளனின் வீட்டு வெளிச்சம் மட்டுமே தெரிந்தது. இரண்டு நாய்களில் ஒன்று எங்களை நோக்கி ஓடிவந்தது. இரண்டில் ஏதாவதொன்று வாசலைத் தாண்டிச் செல்லாது. அங்காளனின் வளர்ப்பும் பயிற்சியும் அப்படி. விலங்குகளுக்கு நடுவில் மனிதர் ஒரு விலங்கு இல்லை.

"இன்று அதிகாலை கழிமுக ஆழத்தில் தொப்பூழ்க் கொடியோடு ஒரு குழந்தை மிதந்தது. இருட்டோடு இறால் பிடிக்க வந்தவர்கள்

உழுவை மீன்களால் மொய்த்துக்கிடந்தக் குழவியைக் கரைக்குத் தூக்கிவந்தார்கள். காவல் துறையினர் வந்தனர்; கூடிப்பேசி முடிவெடுத்து ஆற்றோரமாகப் புதைத்துவிட்டுப் போனார்கள். பச்சிளம் பிணத்தைக் கதையாக வளர்த்தெடுக்க யாரும் விரும்பவில்லை. இதுபோன்ற கூட்டுக்கொலையில் மறைமுகமாக ஓர் ஆணும் நேரடியாக ஒரு பெண்ணும் தொடர்புகொண்டிருப்பார்கள். அந்தப் பெண்ணிடம் மட்டுமே அவள் சாகும்வரை அந்தக் குழந்தை ஒரு கதையாக வளர்ந்துகொண்டே இருக்கும். ஒருத்துளி விந்து, அதற்குள் நீந்திய கட்புலனாகாதொரு தலைப்பிரட்டை; ஆம், ஆணின் சமூக இருப்பின் அளவு, அந்தத் தலைப்பிரட்டை."

பேசிக்கொண்டே இரண்டு நாற்காலிகளை தூக்கிவந்துத் தோட்டத்து வாசலுக்கு வெளியே போட்டான்;

"கடலோரத்தில் இரவில்கூட ஆள்நடமாட்டம் இருக்கும். ஆற்றோரத்தில் இரவில் ஆளரவம் அற்றுப்போகும். வள்ளா, மனித மரணத்தை எதிர்கொள்ளாத ஆண்டு இதுவென்று சொல்லிக்கொள்ளும்படி என் வாழ்வில் இதுவரை எந்தவோர் ஆண்டும் அமைந்ததில்லை. உடம்பிலிருந்து உருவி குழவியை ஆற்றில் விட்டெறியும் அவலம் பாரதக் காலத்திலிருந்துக் கதைக்கதையாகத் தொடர்கிறது. உயிரியல் வரலாற்றில் உயிர்க்கொலைகளுக்கு மேலதிகமாகத் தம்மை உட்படுத்திக்கொண்ட விலங்கு மனிதரைத் தவிர வேறில்லை. இந்தக் கழிமுகத்தில் பிடித்த உழுவை மீன்கள் கொதிக்கும் குழம்பில் அல்லாடுகின்றன. அவற்றில் அந்தக் குழந்தைச் சடலத்தைக் கடித்த இரண்டொரு மீன்கள் இருக்கலாம். இந்த இரவு அவைதாம் நமக்கு உணவு. உயிரியங்கியலை இப்படியும் பொருள்கொள்ளலாம்."

'இரவைக் குற்றச்செயல்களுக்கானப் பொழுதாய் மனிதர் தேர்ந்தது எப்படி? இரவின் நெடும்பொழுதைப் புலனொடுக்கத்திற்கான நேரமாய்க் காலத்தைப் பகுத்து ஒதுக்கியது எங்கனம்? இரவை நாம் வீணடிக்கிறோம். நாம் இன்னும் இருட்டில் வாழப் பழகவில்லை. ஆம், காலங்காலமாக இந்த இருட்டு தீண்டாமைக்கு ஆட்பட்ட இயல் இருப்பு. பகலைப்போல இரவையும் பொதுப் பயன்பாட்டுக்குக் கொண்டுவராதவரை பொதுச்சமூகம் தனது பொருண்மை இயக்கத்தில் பாதியை வீணடித்துவருவதைத் தவிர்க்கமுடியாது. பாதி வாழ்க்கை, மூளி வாழ்க்கையைத்தான் வாழ்கிறோம். அங்காளா, நான் இரவில் கடலில் தொழில் நிமித்தம் வாழ்கிறேன்; பகலில் நிலத்தில் சமூகச் செயல்பாட்டில்

கலந்துவிடுகிறேன். நான் இரவென்னும் பெரும்பொழுதைத் தூங்கிக் கடப்பதில்லை; இதனாலேயே உளச்சிக்கலுக்கு ஆளாகிறேன்.'

"வாழ்வின் முழுமையே காலத்தையும் முழுமை செய்கிறது. நடுக்கடலில் நீ வலையை விரிக்கும்போது நான் நடுயிரவில் தூக்கத்தில் புரண்டுப் படுக்கிறேன். மனிதவுடம்பு சமூக இயங்கியலுக்கு ஆட்படாமல் இயற்கை இயங்கியலுக்கு ஆட்படவேண்டும். இந்த உடம்பு இரவைத் தூங்கிக் கடப்பதிலேயே பொருண்மைப்படுகிறது. வள்ளா, இந்த உடம்பை உற்று கவனித்துவந்தால் அதன் பொருண்மை இரவில் ஒன்றாகவும் பகலில் வேறொன்றாகவும் மாறிமாறி அமைவதுத் துலங்கும். அதையே நீ கடலில் ஒன்றாகவும் நிலத்தில் வேறொன்றாகவும் மாறியமைவதைக் காண்கிறாய். ஒற்றை உடம்பை ஒரு நாளின் இருவேறு பொழுதுகள், ஒரு வெளியின் நீர் நிலம் என்னும் இருவேறு நிலைகள் இருமை செய்கின்றன. இயங்கியற் பொருண்மையில் ஒருமை என்பதே இல்லை. உன்னையும் என்னையும் போல மாறுபட்ட தன்னிலைகள் ஒன்றின் வாலை மற்றொன்று கவ்வி வட்டமாகச் சுழல்வதின் கதைவழியே மெய்யியலை வாசிக்கலாம்."

'நேற்றிரவு தூக்கத்தில் நான் யாருடனோ பேசிக்கொண்டிருந்தேன்; அது நீயுமில்லை ரேமாவுமில்லை; இரண்டும் கலந்தது போலொரு தோற்றம். விடியும்வரை, விழித்துத் தன்நிலைக்கு வரும்வரை நீள் இரவு முழுவதும் ஓர் உரையாடல். கடவுள் என்னும் தேய்வழக்கைப் பற்றிப் பேசினோம். ஆணும் பெண்ணும் கலந்த ஆபெண் என்னுடன் பேசியது; - உலகில் சூழலியல், அரசியல் காரணங்களால் மனித இனம் கொஞ்சம் கொஞ்சமாக அழிந்து இறுதியாக ஒருவர் மட்டும் எஞ்சும்போதும் அவருடன் கடவுள் என்ற உருவகம் இருக்கும். உருவகங்களின் கூட்டமைப்பே மொழி; அதிலிருந்துத் தனித்து வெளியேறிய உருவகமே கடவுள். அது மொழிக்குள் அடங்காதப் பேரிருப்பு. தொடக்கம்முதல் மனிதருடன் ஒன்றிய மொழியைப்போல இறுதிவரை கடவுள் என்னும் உருவகத்தால் ஒன்றமுடியாது. மனிதரும் கடவுளைத் தனக்கு எதிரிடையாகத்தான் நிறுத்துகிறார். குழந்தை வைத்து விளையாடும் பொம்மை ஒரு பொருள் அன்று; அது குழந்தைக்கு ஓர் உருவகம். அதுபோலவே கடவுளெனும் உருவகம் மனிதருடன் இறுதிவரை உடன்வரும். மனிதர் அற்றுப்போன பூமியில் கடவுளுக்கு இடமில்லை. கோயில் என்ற கடவுளின் இருப்பிடத்தைக் காடு கவ்வும்; அங்கு விலங்குகள் அடையும். கண் விழித்ததும் உறக்கத்தில் நிகழ்ந்த உரையாடலின் இந்தச் சில வாக்கியங்கள் மட்டுமே நினைவில் தேங்கியிருக்கின்றன.

அங்காளா, நாம் அண்டை நாடுகளுடனோ நம் நிலத்தின் பின் காலனியச் சர்வாதிகாரத்துடனோ அரசியல் செய்யவில்லை; தொன்றுதொட்டு நம் மொழியில் முளைத்த சொந்தக் கடவுளுடன்தான் அரசியல் செய்கிறோம்.'

"ஆம், சொற்கள் யாவும் அரசியல் சார்ந்தனவே. ஒவ்வொரு முறையும் நமது உரையாடல்கள் யாவும் எத்திசைச் செல்லினும் இரண்டு உடம்புகளுக்கு இடையிலான, இரு வேறுபடும் பால்களுக்கு இடையிலான அரசியல் நிலைப்பாடுகளை அறுதியிடுவதிலேயே குழம்பித் திகைக்கின்றன. நிலம் கடந்து, இனம் கடந்து, நிறம் கடந்து, பால் கடந்து ஓரணியில் சரிநிகராய் நின்றாலும் நமக்கிடையே மாறுபட்டு ஒன்றையொன்று முரணும் ஓர் உயிரியல் காரணியாய் நம் இருவருக்கிடையே இந்நிலத்தின் மதப்பண்பாட்டின் வழியே உடம்புடன் ஒட்டிப் பிறந்த இருவேறு சாதிகள் இருக்கின்றன. ரேமாவின் அந்நிய மூளையால் இதை விளங்கிக்கொள்ள இயலவில்லை. இந்நிலத்தில் ஒரே வர்க்கத்தைச் சார்ந்த இரண்டு தன்னிலைகள் உள்ளாழ்ந்த நோக்கில் இருவேறு சாதியினராகப் பிரிந்திருப்பதை மார்க்ஸ் – எங்கல்ஸ் இருவராலுமே விளங்கிக்கொள்ள முடியாது. சாதியமே இந்திய மனச்சிதைவின் மூலக்காரணி. நமது உரையாடல்கள் வளர்ந்து இறுதியில் சாதியில் முட்டிக்கொண்டு நிற்பதை இருவருமே திட்டமிட்டுத் தவிர்க்கிறோம். நாம் இருவேறு சாதிகளைச் சார்ந்தச் சூத்திரர்கள் என்ற ஆழ்மன எண்ணத்தை ஒருபோதும் தாண்டிவர முடியாது. மன்னிக்கவும், எல்லாவற்றையும் பேசும்போது இதையும் பேசித்தானாகவேண்டும். சிரிக்காதே, இந்தப் பிரெஞ்சுப் பின்காலனிய நாட்டில் அந்தச் செருமானிய இரட்டையர்கள் பிறந்திருந்தாலும் ஒருவர் உன்னைப்போலப் பரதவராகவும் மற்றொருவர் என்னைப்போல வன்னியராகவும் விவாதித்துக்கொண்டிருப்பர். சரி, வா சாப்பிடலாம். இந்த இரவின் இட்டிலியும் மீன்குழம்பும் மாரியம்மாளின் கைப் பக்குவம்."

'உடம்பையும் உயிரையும் உணவே பேணி வளர்க்கிறது. வயிற்றுப் பசியிலிருந்துதான் வேட்டையும் வேளாண்மையும் தொடங்குகின்றன. உடம்பு தனக்கானத் தேவையை பசி வழியே அறிகிறது. உயிரியக்கத்தின் அடிப்படை அறிதல் பசியிலிருந்துத் தொடங்குகிறது. பசியே உன்னை இயக்குகிறது. ஒரு மொழியில் அம்மா என்கிறச் சொல்லைவிட பசி என்கிறச் சொல்லே மூத்தது. உணவை வகைவகையாகச் சமைப்பதிலிருந்தே சமூகக் கலைத் தொழில்நுட்பம் வளர்கிறது. பசியைப் பாடாதப் பாவலர் உலகமொழிகள்

எதிலுமில்லை என்று ரேமா அடிக்கடி சொல்வாள். ஃபாசிசம் என்னும் சமூக அரசியல் சொல்லாடலின் தொடக்கம் பசியால் உருவானது. அங்காளா, உன் துணைவி பரிமாறும் இந்த இட்டிலியும் மீன்குழம்பும் உலக அரசியல் பொருளாதாரக் கட்டமைப்பை உள்ளடக்கமாகக் கொண்டவை. உடம்பை வளர்த்து உயிரை நிலைக்கவைக்கும் உணவின் அரசியலே உலக இயக்கத்தைத் தீர்மாணிக்கிறது. ஒரு சமூகத்தின் முதல் கதை உணவுக்கானக் கொலையிலிருந்தேத் தொடங்குகிறது.'

"ஆம், நவீனச் சமூக உயிரினங்களுக்கு உழைப்பு இல்லாமல் உணவில்லை; ஆதிச்சமூகத்தில் கொலையில்லாமல் உணவில்லை. வேளாண் உழைப்பையும் வேட்டுவ உழைப்பையும் அறமென வகுத்த இருவேறு குடிகளின் எடுத்துக்காட்டுகளாக நாமிருவரும் இருக்கிறோம். வள்ளா, சொந்த உழைப்பில் உடம்பை வளர்க்கிறோம். சொந்த உடம்பின் மீது கொள்ளும் காதலே பிறவுடம்பின் மீதும் பற்றிப் படர்கிறது. தன்வெறுப்பிலிருந்தே பிறவெறுப்பு உருவாகிறது. தன்னை வெறுப்பவரால் தன் துணையை நேசிக்க முடியாது. இது அருகன் நிலம்; இதில் முளைத்துவந்த நமது சொற்களும் அருகத் தன்மையோடு வெளிப்படுகின்றன. மேற்கிலிருந்து வடக்குத் தெற்கில் நகர்ந்து கிழக்குக் கடலில் சேரும் ஆறுகள்; நடுவில் தென்னைத் தீவு என்னும் அருகன் பட்டினம். ஆறடி அருகனின் தலையில்லா ஆசனச் சிலையும் தனியே உருண்டுப் புதைந்தத் தலையும் என்னுடைய தோப்பில்தான் கண்டெடுக்கப்பட்டன. வடக்கிலும் தெற்கிலும் கழிமுக உள்கரைகளில் எதிரெதிரே தலைவேறாக முண்டம்வேறாகச் சேற்றில் புதைந்துக் கிடந்தன. பாறை என்று கருதி அவற்றின் மீது குத்துக்காலிட்டு அமர்ந்து உள்நாட்டு மீனவர்கள் தூண்டிலிடுவர். அருகனை மீண்டும் கொண்டுப்பொருத்தி உயிர்ப்பிக்க, ரேமா வந்தவழியில் வேற்றுக் கண்டத்திலிருந்து ஒரு வெள்ளையன் வரவேண்டியிருந்தது. வள்ளா, உனது குடில்வரை நானும் உடன் வருகிறேன். கடல்வரை போய்வருகிறேன் என மாரியம்மாளிடம் சொல்லிவிட்டேன். வா போகலாம்."

'சாக்கையன் தோப்பிலிருந்து கடல்வரை செல்லும் இந்தப் பாதை ஓயாத மனித நடமாட்டங்களால் உருவானது. ஊர் போய்ச் சேராதப் பாதையென்று உலகில் எதுவுமில்லை. நேர்வழி, குறுக்குவழி என்பவை ஒருவரின் தனிப்பட்ட நடத்தையை மதிப்பிடவும் சொல்லப்படுவது. குறுக்கும் நெடுக்குமானப் பாதைகளின் சிக்கலில் ஒருவர் அடைபட்டு வெளியேற முடியாமல் தவிப்பதும்

வாழ்வியக்கத்தில் தவிர்க்கமுடியாதது. உற்றுப்பார்த்தால் ஒவ்வொரு மனிதவுடம்பிலும் வேறொருவர் நடந்துச் சென்ற கால்தடம் தெரியும். உனக்கும் எனக்குமான உடம்பின் வேறுபாட்டில் சமூகவரலாற்றின் தடம் துலங்கும். அங்காளா, கடவுளின் கால்தடம் நீரிலும் பதியும்; அதைப் பின்தொடர்ந்தே பரந்தக் கடலில் நாவாய்கள் கண்டம் தாண்டிப் பயணிப்பதாக ஊரில் நூறைக் கடந்த வயதினர் சொல்வார்கள். அவர்களின் பார்வைக்கு நீர்மேல் மிதக்கும் சுவடுகள் தெரியுமாம். ஆம், நிலம், நீர், வான் என எல்லா வெளிகளிலும் இன்று பாதைகள் நீள்கின்றன. உள்ளங்கை ரேகைகள் போல நமது உடம்புகளிலும் பாதைகள் குறுக்கும் நெடுக்குமாக நீள்கின்றன. இந்த வீராம்பட்டினப் பாதையை முதலில் பாதம் பதிய நடந்து உருவாகக் காரணமாய் அமைந்தக் கால்கள் யாருடையவையோ அவருடையக் கால்களாலேயே இப்பொழுது நாமும் நடக்கிறோம். பாதைகளின் வரைபடத்தைக்கொண்டு குறிப்பிட்ட நிலப்பகுதியின் வரலாறை வாசிக்கமுடியும்.'

"வள்ளா, நிலம், நீர் என்னும் இரண்டு வெளிகளில் உனது வாழ்க்கை அமைந்திருக்கிறது. இது பெருங்கொடுப்பினை தெரியுமா? இந்தத் துணைக்கண்டத்தின் கிழக்கு விளிம்பில் ஒரு புள்ளியில் உனது குடில். வாசலைத் தாண்டினால் பார்வைக்குத் தடைப்படாதப் பேரியற்கை. இயற்கையோடு இயைந்த வாழ்வில் விடுபடும் சமூக உறவுகளால் உண்டாகும் தனிமை என்ற வெற்றிடம் இல்லை. நீ கடலோடு இருப்பதால் ஒருபோதும் தனித்திருப்பதில்லை. வெற்றிடத்தில் நிரம்பும் நீரைப்போல நீ எல்லா இடத்திலும் நிறைந்திருக்கிறாய். உன்னைப் போல என்னால் யாருமில்லாமல் ஒரேவொரு நாள் வாழமுடியாது. சாளரத்தைத் திறந்தால் கடல் தெரியும் வீட்டில் வெறுமை அடையாது. மனைவி, மகன், மகள் வெளியூர் சென்றால் ஒரு நாளில் உள்ளம் சோர்ந்துவிடுவேன். கடவுளுக்குக்கூட கற்பிதமாக உறவுகளை உண்டாக்கிவிடும் நமது சமூகத்தில் தனிமனித இருப்பு, விலக்கப்பட்டது. கடல் உனக்குத் துணையிருக்கிறது; உள்நிலத்தில் குருதியுறவுகளுக்கு நடுவில் இப்படி தனித்திருக்க முடியாது. அக்கம்பக்கத்து மனிதவாடை உன்மீது நெருப்புக் குழம்பாக வழியும். நீ சொல்வதைப்போல, கடல்தான் உன்னை வழிநடத்துகிறது. ஆனாலும், வள்ளா, பெண்ணென்பது இந்தக் கடலைவிடப் பெரியது. கடலின் எல்லாக் குணநலன்களோடுதான் பெண்ணும் இருப்பாள். இனத்தைப் பெருக்கும் அவள் கடலைவிட பேரியற்கை. படைப்பவள் அவளே கடவுளைக் கடந்தவள். இப்படி ஓய்ந்தப் பொழுதில் இல்லறம்

குறித்தே உன்னிடம் பேசி அலுப்படையச் செய்வதற்கு மன்னிக்கவும். ரேமா என்பவள் அருகன்மேட்டுத் தொல்லியல் ஆய்வில் கிடைத்த ஒரு தொல்பொருள். அவளை உடன் வைத்துக்கொண்டு கட்டுக்கதைகளை உருவாக்க முடியும், குடித்தனம் செய்யமுடியாது. வள்ளா, உப்பனாற்று கழிமுகத்து உழுவை மீன்குழம்பும் சுடச்சுட இட்டிலியும் பெண்தன்மை கொண்டவை. உனது குடில் வந்துவிட்டது, போய்வருகிறேன் நண்பா."

அங்காளன் அவனுடைய வீட்டிற்குத் திரும்பிச் செல்வதையே பார்த்துக்கொண்டிருக்கிறேன். அவன் வளர்க்கும் நாய்களில் ஒன்று எங்களைப் பின்தொடர்ந்து வந்ததை நான் கவனிக்கவில்லை. இப்போது அவனை உரசியபடி உடன்செல்கிறது. சக மனிதரிடமிருந்துத் தன்னைப் பாதுகாத்துக்கொள்ள ஒரு விலங்கை வளர்க்கும் சமூகமனிதரைக் காண அச்சமாக இருக்கிறது. அச்சத்தின் அடித்தளத்தின் மேல் கட்டியெழுப்பப்பட்டதுதானே இந்தச் சமூக அமைப்பு? குடிலுக்குள் அடைவதைவிட கொஞ்சநேரம் கடலைப் பார்த்தபடி கரையிலமர மனம் அவாவுகிறது.

ய

கொத்துக்கொத்தாய் மூன்று இடங்களில் மின்னொளி பூத்துக்குலுங்க துறைமுகத்தில் மூன்று கப்பல்கள் இடைவெளிவிட்டு நிற்கின்றன. நடுக்கடலில் கோயில் திருவிழாப் போன்றதொரு காட்சி. இருட்டால் அழகுச் செய்யப்படும் வெளிச்சம். புறப்படத் தவிக்கும் கப்பலின் சங்கொலி; இது நேராக சைகோன் சென்று அங்கிருந்து பிரான்சு நாட்டின் மர்ஸெய் துறைமுகத்தை அடையும். சங்ககாலத்திலிருந்துத் தமிழரும் அவர்வழி தமிழும் புழங்காதத் துறைமுகம் கடலில் உண்டோ? நாவாய்த் தமிழ்ப் பரப்பும் தொல்குடியில் மூத்தக்குடி எனதல்லவா?

ரேமா, உலகக் கடல்களைத் தனக்கான முகமாகக் கொண்டவள். வாழ்க்கையில் மண்ணில் தரிக்கும் காலத்தைவிட நீரில் மிதந்துத் திரிதலே மிகுதி. அங்காளன் சொல்வதைப்போல கடல்கன்னியுடன் மீனவன் ஒருவனால் எப்படிக் குடும்பம் நடத்தமுடியும்? கடலை ஓர் ஓவியப் படலத்தில் வரைந்து சுவரில் பதிப்பதை ஒத்ததே கடலோடியான அவளை எனது வாழ்க்கை வட்டத்துக்குள் அடைக்க நினைப்பது. நேற்றிரவு யாரோவொருத்தி என்னுடனிருந்தாள். எனக்கும் அவளுக்கும் எமது பெயர்கூடத் தெரியாது. எதிரில் உடம்பு இல்லாதபோது நினைவில் பெயர் மட்டும் எதற்கு? வாழ்வில் வந்துப்போன ரேமா என்பவளின் பெயரைச் சுமப்பதின்

பாரத்தை யார் தலைக்கு மாற்றிவிடுவது? உண்மையாக, எனக்கு என்னவேண்டும் எனத் தெரியவில்லை.

கடலும் அது கற்பித்தத் தொழிலும் மூளையில் அறிவாகத் திணிந்திருக்கிறது. உடம்பும் அதில் விளையும் உழைப்பும் காலத்தின் ஒவ்வொரு கணத்தையும் புதிதுபுதிதாகச் செய்கிறது. ஆக்கபூர்வமான வினை கடல் தொழிலில் துலங்குகிறது. நான் உழைப்பிலிருந்து அந்நியமானவன் அல்லன். உழைப்பைத் தவிர இந்த உடம்பை நிலைப்படுத்த வேறொன்று இல்லை. என் உடம்பைக் கொண்டாடுகிறேன்; எதிர்பால் உடம்புக்கு என்னைப் பகிர்ந்தளிக்கிறேன். பகிர்தலில் இழந்த என்னுடம்பின் பகுதிக்கு மாற்றாக அந்த உடம்பிலிருந்துத் தேவையான அளவை எடுத்து எனது வெற்றிடத்தை நிரப்பிக்கொள்கிறேன். என் உடம்பின் ஒவ்வொரு பிடியும் வெவ்வேறு பெண்ணுடம்புகளின் ஒவ்வொரு பிடி சதையால் தைக்கப்பட்டது. நான் பெண்களால் ஒட்டுப்போடப்பட்டு உருவாக்கப்பட்ட முழு ஆண்.

காலத்தில் புதைந்திருக்கும் அருகன்மேட்டின் தொல்தமிழன் நான்; எனது எச்சம் இந்தக் கடலிலும் அமிழ்ந்திருக்கிறது. இந்தத் தொல்நிலத்திலிருந்துக் கிளர்ந்தெழுந்த ஆவிகளில் ஒன்றின் பெயர் ரேமா. கடைச்சங்க காலத்தில் இதே அருகன்பட்டினத் துறைமுகத்தில் அவளைக் கண்டேன். ரோமானிய உடம்பு இந்தக் கரியத் தமிழனை உரசிச் சென்றது. திரும்பிப் பார்த்துப் பூனைக்கண்களால் முதற்கணம் முறைத்தாள், அடுத்தக் கணம் சிரித்தாள். கரையில் அலைமோத, கட்டுமரத்தோடு நான் தடுமாறினேன். ஒருமுறை என்னிடம் மீன் வாங்கியதில் அவளுடைய அம்மா எனக்கு ஏற்கெனவே அறிமுகமாகியிருந்தார். நான் பிறந்ததிலிருந்து எனக்குள் இப்படியான ஒரு கதை தன்னை நெய்துக்கொண்டிருக்கிறது. இறுதியில் இந்தக் கதையாக மட்டும்தான் மீறுவேனா எனத் தெரியவில்லை.

இதுவரையிலான என் வாழ்க்கையின் நிகழ்வுகளைத் தொகுத்துப் பார்க்கும்போது, என் உடம்பிலிருந்து வாழ்வது நானில்லை, வேறு யாரோ என்னை உடுத்தியிருக்கிறார் என்பதை அறியமுடிகிறது. அடிக்கடி என்னைப் பிழைத்திருத்திக் காலவரிசைப்படி ஆவணப்படுத்த அங்காளன் என்னும் எதிர் இருப்பு தேவைப்படுகிறது. என் மரணத்தைத் தள்ளிப்போட ரேமா என்னும் அல் இருப்பைப் பொருண்மை செய்கிறேன். இந்த அளவிற்கு நான் தெளிவாக இருக்கிறேன். ஓர் உடம்பு இயங்கும்வரை அதில் மனம் என்ற இல்பொருள் இருக்கும். மனம் இருக்கும்வரை மனநோய் இருக்கும்.

காற்று இருக்கும்வரை அலைகள் இருக்கும். உடம்பைப் பதுக்குவதற்குக் குடிலும் என்னைப் பதுக்குவதற்குத் தூக்கமும் தேவை. தூக்கம் வருகிறது. கப்பல்கள் மூன்றும் இடம்பெயர்ந்துவிட்டன.

൭

பகலில் கரையில் அமர்ந்து அலைகளை எண்ணிக் கொண்டிருப்பதையும் இரவில் அண்ணாந்துப் பார்த்து விண்மீன்களை எண்ணிக் கொண்டிருப்பதையும் பழக்கமாகக்கொண்ட மனம் பிசகியச் சிலரை அறிவேன். பைத்தியங்களுக்கு அழத்தெரியாது எனக் கேள்விப்பட்டிருக்கிறேன். நானும் நினைவுத்தெரிந்த நாளிலிருந்து இதுவரை அழுததில்லை. அதேபோலத் தற்கொலை எண்ணத்திலிருந்தும் இதுநாள்வரை வெளியேறியதில்லை. எனக்கு மரணமில்லை என்று உறுதியாக நம்பும் என்னால் விருப்பப்படி எப்படிச் சாகமுடியும்? இயற்கைக்கு எதிரானப் போக்கில் எனது உடம்பும் உள்ளமும் இயங்கும்போது, எனக்குள்ளிருந்து வெளியேறி நின்று இரவும் பகலும் என்னை வேடிக்கைப் பார்ப்பதைப் பழக்கமாகக்கொண்டிருக்கிறேன். சிலருக்கு விண்மீன்களும் கடலலைகளும் உள்ளச் சிதறலை ஒருமையில் குவிக்கும் பயிற்சிப் புள்ளியாக விளங்கும்போது, எனக்கு நானே நடுப்புள்ளியாக நின்று வெளியிலிருந்து உள்நோக்கிக் குவிகிறேன்.

உயிரியல் உலகில் மனித இறைச்சி சமூகத்திற்கோ பிற விலங்குகளுக்கோ உணவாகாமல் புதைத்தோ எரித்தோ வீணடிக்கப்படுகிறது. உலகில் சில பகுதிகளில் வாழும் தொல்குடிகள் இன்றும் இறந்தவர்களைக் கழுகுகளுக்குப் படையலிடுகிறார்கள். முதன்முதலில் மனித இறைச்சி கடவுள்களுக்குத்தான் படையலிடப்பட்டிருக்கிறது. அங்காளம்மன் கோயில்களில் நிகழ்த்தப்படும் மயானக்கொள்ளையில், இடுகாட்டில் தோண்டியெடுக்கப்பட்டு, அழுகிய தசையும் எலும்பும் காட்டேரிகளால் தின்னப்படுவதைப் பார்த்திருக்கிறேன். பக்தி மனத்தின் பிறழ்வே இது. ஆத்திகமே மனப்பிறழ்வின் முதற்கூறு. செங்கழுநீராளுடன் நான் உரையாடுவதை விலகி நின்று கவனிக்கும்போது, என் மூளையில் அறிவியல் வளர்ச்சியும்

உள்ளத்தில் தொல்மதப் படிவுகளும் ஒருசேர இயங்குவதைப் பகுத்தறிகிறேன். இருவேறுபட்ட எதிர்நிலை இயக்க விசை என்னுடம்பில் செயலாற்றுவதைத் தெளிவாக உணர்ந்தறிகிறேன். பகலில் குடிலில் தூங்கிக்கொண்டிருக்கும்போது இரவில் நடுக்கடலில் படகில் நின்று வலைவிரிக்கிறேன். எப்போது கடலுக்குள் போனேன் எப்போது கரையேறினேன் எனத் தெளிவாகத் தெரிவதில்லை. தூங்கும்போதே என்னால் இடம்பெயர முடிகிறது. நான் ஒற்றை உடம்பில் வாழவில்லை; இரண்டாகப் பிரிந்து ஒரேநேரத்தில் இருவேறு இடங்களில் இருவேறு நிலைகளில் இயங்குகிறேன். முதலில், நான் என்னை ஒவ்வொரு கணமும் வேவுபார்ப்பதைக் கைவிடவேண்டும்.

அருகன்மேடு என்றழைக்கப்படும் புதையுண்ட சங்ககால நகரம், வீராம்பட்டினம் செங்கழுநீர் அம்மன், வளர்ந்துவரும் அருகன்குப்பம் என்னும் நாகர் நகரம், இரண்டு ஆறுகளுக்கு நடுவே அமைந்த சாக்கையன் தோப்பு, கழிமுகத்தோர இடுகாடும் சுடுகாடும் இணைந்த இருள்வெளி. எந்நேரமும் காவுகொள்ள ஆர்ப்பரிக்கும், கடவுளால் கட்டுக்குள் நிலைநிறுத்தப்படும் கிழக்குக் கடல். ஒன்றையொன்று விலகி இணையாய் ஓடும் ஆறுகளும் காடும் கடலும் ஒரு புள்ளியில் சுழலும் சங்ககாலத் தொல்லிறுக்கத்துக்குள் ஒரு நிகழ்காலத் தமிழ் மனிதன் நான். நிணநீர் நிரம்பிய வாய்மூடியப் பானைக்குள் குழவியாய் என் தந்தை இருந்தாராம். கடலடி நீரோட்டத்தில் புரண்ட ஈழ நாவாய்க்குள்ளிருந்து மேலெழுந்து மிதந்தப் பானைக்குள்ளிருந்த எந்தையின் வரலாறு என் வழித் தொடர்கிறது. எனக்குள் இயங்கும் இன்று என்னும் கால அளவுக்குள் அடைந்திருப்பது நான் மட்டும் இல்லை. பாம்பு தோலுரிப்பதைப்போல தூங்கி எழுந்ததும் ஒவ்வொருமுறையும் என்னுடம்பில் படிந்த மனிதக் காலத்தை உரித்துவிடுகிறேன். அதனால், காய்ந்து வெடித்த இலவம் பஞ்சைப்போலக் காற்றில் மிதக்கமுடிகிறது. கலைந்துக் குலைந்த என்னை நாள்தோறும் இலக்கண ஒழுங்குடன் மறுக்கட்டமைத்துப் புதியவனாக்குகிறது, கடல் என்னும் மாமருந்து.

கடல், ஆறு, தோப்பு சூழ்ந்த நிலத்தில் வெட்டவெளி என் கண்ணெதிரே இல்லை; அது என் மண்டைக்குள் இருக்கிறது; அதைப் பார்க்க முடியாது, உணரத்தான் முடியும். தொல்லியல் ஆய்வில் தோண்டப்பட்டக் குழிகள் யாவும் மீண்டும் மூடப்பட்டுவிட்டன; இன்று அவை என் மண்டைக்குள் இருக்கின்றன. மண்டைக்குள் தோண்டப்பட்டப் பள்ளங்களில்

சொற்கள் நிரம்பிவிட்டன. சொற்களைக் கொளுத்திப் பெருந்தீ வளர்க்கிறேன். வெட்டவெளியில் ஆங்காங்கே சிதைகளைப்போல குழிகளுக்குள் நிரம்பியச் சொற்கள் எரிகின்றன. ஆதியிலே சொற்கள் இருந்தன; அவை தசையாலாகி இருந்தன என்று வேற்றுக் கண்டத்துப் புனித நூலின் தொடக்க வரிகள் சொல்கின்றன. நேற்றையத் தூறலில் நனைந்த அருகன் மண்டலத்தின் மேடுகளில் புதைந்தச் சொற்கள் சாம்பல் நிறத்தில் முளைத்தெழுகின்றன.

நடுக்கடலில் படகில் திகைத்து நிற்கிறேன். கரையேறும் திசைத் தெரியவில்லை. இரவு என்னும் இருண்ட மதுவில் பரிதி என்னும் சிறியப் பனிக்கட்டி உச்சியில் மிதக்கிறது. மதுக்கோப்பைக்குள் அலையடிக்கும் கடலில் தத்தளிக்கும் படகில் நிற்கிறேன். கரையில் நின்று கடலைப் பார்க்கப் பார்க்க உள்ளுக்குள் போதையேறும் உடம்பினனான எனக்கு, தொடுவான் கவிழ்ந்த மதுக்குடுவைக்குள் இருப்பதைப் புரிந்துகொள்ள இயலவில்லை. நான் நனைந்து ஈரமாகிவிட்டேன்; என்னைப் பிழிந்துப் படகின் விளிம்பில் காயப்போடவேண்டும். மிதக்கும் யோனியைப் போன்றதொரு படகில் நிமிர்ந்து நிற்கும் என்னை விலகி நின்றுப் பார்ப்பதற்கு ஆவுடைலிங்கப் படிமம்போல இருப்பேன். வள்ளா, வெளியிலிருந்து சாளரத்தின் வழியே உள்ளேயிருக்கும் உன்னைப் பார்க்கும் பழக்கத்தை நிறுத்து.

வள்ளத்தானுடன் வாழ்வது என்னை நானே தொந்தரவுக்கு ஆளாக்கிக்கொள்வதாக இருக்கிறது. அவனைவிட்டு நான் வெளியேற வேண்டும். என்னை இரண்டாக நான்காக ஐந்தாகப் பங்கிட்டு ஐம்பூதகங்களிலும் ஐந்திணைகளிலும் இடப்படுத்திவிட்டு எந்தவொன்றிலும் முழுமையின்றி மூளியாக நிற்கிறேன். இது பேய்கள் உலவும் நிலம்; முதுமக்கள் தாழிகளிலிருந்து வெளியேறிய முதுகுடிகள், ஊரெல்லையில் நின்ற அருகன் சிலையின் கழுத்தைத் திருகித் தலை வேறாக முண்டம் வேறாக உப்பனாற்றின் எதிரெதிர் கரைகளில் வீசிவிட்டனர். இதனால், ஆழி வெகுண்டுப் பேரலையாக எழுந்து அருகன் பட்டினத்தை வாரிச் சுருட்டி விழுங்கியது.

அதன் பிறகு, காலத்தில் ஒருநாள் சவுக்குத் தோப்பின் கண் தேங்கியிருந்த ஓடையில் செங்கழுநீராள் கட்டுமரக்கட்டையைப்போல மிதந்தாள். இது சேலைச் சுற்றப்பட்ட மரக்கட்டையா அன்றி பெண் சடலமா என ஊர் குழம்பியது. அருகத்தேவரின் பெண்பால் வடிவமே இந்தச் செங்கழுநீரோடையில் மிதக்கும் இத் தெய்வப்பிணம்; இதை ஊர் நடுவில் வைத்துக் கோயில் செய்தால்,

ரமேஷ் பிரேதன் 107

இச்சடலத்தில் ஓடையம்மன் குடிப்புகும் என்று ஓடையைச் சுற்றி நின்ற ஊர்க்குடியில் மூதாய் ஒருத்தி அருள்வந்து உச்சிக்கு ஏறிடக் கத்தினாள். அவள் ஆணைக்கிணங்க பிணக்கட்டையைச் செதுக்கி அம்மனை வடித்தெடுத்தார் மரத்தச்சர்.

ஊரின் அசைவுகள் ஒவ்வொன்றும் கதையாகி செங்கழுநீராளின் படிமத்திற்குள் சேகரமாகிவிடும்போது, நான் எனக்கென்று தனிப்பட்ட வாழ்க்கையை உருவாக்கிக்கொள்ள முடிவதில்லை. கருவறையிலிருந்துக் கடலை கணந்தோறும் கண்ணிமைக்காமல் வெறித்தபடி இருக்கிறாள். அவளுடம்பின் புழுங்கிய வாடையில் ரேமா தட்டுப்படுகிறாள். ஏதேனும் ஒரு கதைவழியே இங்கிருந்து வெளியேறிவிட வேண்டும்.

செய்யுளில் பயின்றுவரும் அணியிலக்கணத்திற்கு உட்பட்டு தன் வாழ்க்கையைக் கவினுற எழுதிப்பார்க்க வேண்டும் என்ற எண்ணம் யாருக்குத்தான் இல்லை. திட்டமிடப்பட்டு வகுக்கப்பட்டப் பாதைகளில் செல்பவர்க்கு வாழ்க்கையில் சிக்கல்கள் இல்லை. நான் நடப்பதால் உருவாகும் பாதையை வாழ்வின் முதல் நாளிலிருந்துத் திரும்பிப் பார்த்தபடி இருக்கிறேன். புதிய பாதை என்பதால், சென்றடையவேண்டிய இடத்தை ஒருபோதும் தடம் பிறழாமல் சென்று சேர்ந்ததில்லை. ஐம்புலன்களுடன் மூளை ஒருநாளும் ஒழுங்காக இயைந்துச் செயல்பட்டதில்லை. கடலில் வலைவிரித்து மீன்பிடிப்பதிலும் பெண்ணுடனானக் கலவியில் உள்ளம் ஓகத்தில் விகசித்து உடம்புடன் ஒன்றியும், இந்த இருநிலைகளில் மட்டுமே மூளையும் ஐம்புலன்களும் ஒத்திசைந்துச் செயல்படுகின்றன.

குடியுடன் தனிமனிதரைக் குலச்சாமியே ஒன்றிணைக்கிறது. சிறுவயதிலேயே அம்மாவை இழந்த என்னை அப்பா ஒரு நாத்திகனாகவே வளர்த்தார். பதின்பருவத்தின் தொடக்கம்முதலே செங்கழுநீராளோடு ஓர் உறவு அரும்பியது; அப்பா அதைத் தடுக்கவில்லை. பக்தி என்னும் உணர்வு காமத்தைக் கடந்தவொன்று; அதன் வழியேதான் சக மனிதர்களை அணுகி உறவாடக் கற்றுக்கொண்டேன். உடம்புடன் கலந்தப் பெண்களை மூடித்திறந்து உள்ளே வீற்றிருக்கும் செங்கழுநீராளைத் தொட்டுணர்ந்தேன். பக்தியும் காமமும் ஒரு புள்ளியில் ஒன்றையொன்று இணங்கும்போது எளியப்பெண்ணானவள் எல்லாம் நிறைந்தத் தெய்வதமாகிவிடுகிறாள். தெய்வம் ஏறிய உடம்பே பைத்தியமாகிறது. தெய்வத்தன்மையோ பைத்தியத்தன்மையோ இல்லாதப் பெண்களை என்னால் கலந்துறவாட ஒன்னாது.

ஆண் கடவுள்களிடம் வெளிப்படும் ஆணாதிக்கம் என்னை அவற்றிடமிருந்து விலகி நிற்கவைத்தது. பெண் கடவுள்களிடம் வெளிப்படும் பெண்ணாதிக்கம் தாய்மை வழிநின்று என்னை ஈர்த்தது. ஒரு பெண்ணின் அம்மணத்தில் கடவுளைத் தேடுகிறேன் என்று சொன்னால் அங்காளன் சிரிக்கிறான். அவனுக்கு அவனது மனைவி மாரியம்மாள் மட்டுமே போதுமானவள்; எனக்கு நானே போதுமானவன் அல்லன். யோனிப்பிளவின் வடிவம்கொண்டு மிதக்கும் நாவாயில் பயணிக்கும் லிங்கரூபனுக்குக் கடல் எனப்படுவது அலைகளாலான அல்குள் வெளி. இன்றிரவு இந்தக் கடல் எனக்காக ஒருத்தியைத் தருவிக்கும்; அதற்கு, இந்த ஆணுடம்பிலிருந்து வெளியேறி விடியும்வரை கரையில் நிற்கவேண்டும்.

பொழுதெல்லாம் என்னைப் பற்றி மட்டுமே சிந்தித்துக்கொண்டிருக்கும் நோய்மைக்கு ஆளாகிவிட்டேன். என் உடம்புக்கு வெளியிலிருக்கும் உயிருள்ளவை எதன்மீதும் எனக்குப் பற்றில்லை. நானும் ஓர் உடம்புக்குள் பத்து மாதங்கள் உயிர்வாழ்ந்துவிட்டு வெளியில் வந்தவன்; இருந்தாலும், உடம்பைத் தாண்டிய பிறவற்றை அந்நியமாகவே உணர்கிறேன். ஓர் உண்மையை நான் வெளிப்படையாக ஒத்துக்கொள்ளவேண்டும்; ஒரு பெண்ணின் உடம்புக்குள் உருவாகி வெளிவந்ததால், என்னைப்போலவே வெளியில் நிற்கும் வேறொரு பெண்ணின் உடம்புக்குள் நுழைந்து உயிரோடு என்னைப் புதைத்துக்கொள்ளவே விழைகிறேன். கருப்பாதை வழியானப் பயணத்தைத் தாண்டி வேறு ஊடகம் எனக்கில்லை. பெண்ணின் உடம்பைத் தவிர பாதுகாப்பான இடம் இந்த அவனியிலில்லை.

ω

ஏழைகளுக்கு எதார்த்தம் என்பதே இல்லை; குறிப்பாக ஏழை மீனவர்களுக்குக் கற்பனையில் மட்டுமே வாழ்க்கை நகர்கிறது. உடம்புடன் உயிரை ஒன்றவைக்கும் எத்தனிப்பே வாழ்க்கையாகிறது. நானோ, எதிர் பால் உடம்புடன் என் உடம்பை ஒன்றவைக்கும் எத்தனிப்பையே வாழ்க்கை என்கிறேன். பசியும் காமமுமே உடம்பின் எதார்த்தம். அதிகாரம் என்பது கருத்தியல்சார் இச்சை; அது சமூகப் பொதுமை அன்று. அதிமனிதராகும் இச்சையே எதார்த்தம். ஆண் என்பது நடப்பியல்; பெண் என்பது கற்பனை; கற்பனையை நிகழ்த்திப்பார்ப்பதே அதிமனித இயற்பியல். மேலாதிக்கமே இயற்கை ஒழுங்கு; சமூக அறம் என்பது இயற்கைக்கு மாறான ஒழுக்க விதி. ஆணென்பது இயற்கைக் கட்டமைப்பு;

பெண்ணென்பது சமூகக் கட்டமைப்பு; சமூகம் என்னும் செயற்கைக்குள் பாதுகாப்பைத் தேடுகிறேன்.

கதைகளால் கைவிடப்பட்டவன் நாத்திகனாகிறான். தாய் வழியாகவோ தந்தை வழியாகவோ எனக்கென்று ஒரு கதை இதுநாள்வரை உருவாகவில்லை. கதைகளைப் பிசைந்து பொம்மை செய்யும் தொழில்நுட்பன் கடவுளின் ஏகபோக உரிமையாளனாகிறான்; அவன் ஐம்பூதகங்களின் இயக்கத்தைத் தனது கட்டுப்பாட்டிற்குள் வைத்திருக்கிறான். நான் எனது உடம்பின் கட்டுப்பாட்டை இழந்தவன்; பிறந்ததிலிருந்து அதற்குள்ளிருந்தாலும் அதன் இயக்கத்தை வழிநடத்தத் தெரியாதவனாக இருக்கிறேன். மிகச்சரியாக ஒரு பெண்ணுடன் என்னைப் பொருத்தி, இருவேறுபட்டப் பால் இயந்திரங்களின் ஒருமித்த இயக்கவிசையில் மின்னாற்றல் விளைந்து உயிர்ப்பெறுகிறேன். இந்த இரவு, என் உடம்புக்குள் மின்னாற்றலைச் சேமிக்கவேண்டும்.

கடல் ஒரே இடத்தில் தேங்கியிருக்கிறது; காற்றே அதை அசைத்துக் கொண்டிருக்கிறது. கடலைப்போல நானும் தேங்கிவிட்டேன்; மொழி என்னை அசைத்துக்கொண்டிருக்கிறது. எதிரில் நிற்பவரிடம் இருப்பதில் மொழியைத் தவிர வேறு எதுவும் என்னிடமில்லை. எல்லாம் கொண்டவரின் எதிரில் ஏதுமில்லாதவனாக நிற்கிறேன். இந்தத் துணைக்கண்டத்தில் ஒவ்வொரு குடியிலும் ஒவ்வொரு நூற்றாண்டிலும் என்னைப்போல யாரேனும் ஒருவர் தேங்கி நிற்கிறார்; இது இயற்கை இயங்கியலின் விதி. நான் இயல்பிலேயே சமூகத்துடன் ஒன்றி இயங்காதவன்; நீரோட்டத்தை எதிர்த்தே துடுப்பு வலிப்பவன். ஓட்டத்துடன் இசைந்து மிதப்பது உயிர்துவமில்லை. வலியே உடம்பை உயிர்ப்பொருண்மை செய்கிறது.

கடலோரமாகச் செல்லும் நாடோடிகளைத் தொடர்புகொண்டு நட்புப் பாராட்டுவது வழக்கம். உறவுக்குள் அடங்காதச் சேர்மானங்களில் வல்லாதிக்கம் படியாது. வன்மத்தை வெளிப்படுத்தாத உடம்பில் தெய்வம் அடையும். பெண் தெய்வத்தைத் தவிர என்னால் பிறவற்றை உறவுகொள்ள இயலாது. எனது இயலாமையிலிருந்துத் தன்னியல்பானப் பாதுகாப்பைப் பெறுகிறேன். என்னுடம்பை அள்ளிக்கொடுப்பதும், பதிலாக, பிறவுடம்பை அள்ளியெடுப்பதும் சமூகப் பரிமாற்றத்தின் அடிப்படை அறம்; வணிகக் கட்டமைப்பின் அடிப்படை அலகு. கொடுப்பதும் வாங்குவதுமே உடம்புவழி நடைபெறும் முதல்

சமூகவொப்பந்தம். கவித்துவமாகக் கையாளத் தெரிந்தப் பெண்ணைத் தேர்ந்து என்னை ஒப்புக்கொடுப்பதில் ஆர்வம் கொண்டவன்; இதில் காலத்தாமதம் ஏற்படினும், தூண்டில்காரனின் தியானமே அவனது வயிற்றுப் பசியைப் போக்கும் தொழில்நுட்பம். நான் ஏழையில்லை, பிச்சைக்காரன்; ஒருத்தியிடம் வலியச்சென்று இரந்து, காமத்தைப் பிச்சையாகப் பெறுவது என் வாழ்வின் ஒழுக்கமுறைகளில் ஒன்று.

இந்த இரவில் இந்தக் கடற்கரையில் யாரை எதிர்பார்த்திருக்கிறேன்? கலங்கரை விளக்கின் ஒளி அலைகளின் மீது விசிறியடிக்கிறது. இந்த ஒளி படகின் எதிர்முனையில் இருப்பவரை வெளிச்சமிட்டுக் காட்டும். இங்கிருந்து வெளியேறுவதற்கும் தப்பிப்பதற்கும் பதுங்குவதற்கும் இருக்கின்ற ஒரே ஊடகம் எதிர் பால் உடம்பின்றி வேறில்லை. நான் ஆணாகவிருப்பதும் அன்றி பெண்ணாகவிருப்பதும் என்னுடம்பின் பிரச்சினை இல்லை; அது இச்சமூகத்தின் பிரச்சினை. இச்சமூக அறிவால் நானோர் ஆண் எனச் சுட்டப்படுவதால் நேர்ந்த குழப்பம். எனக்குத் தேவை, எனது பாலை இல்பொருளாக்கும் பெண்பால் உடம்பு. இந்த இரவுக்குள் அடைப்பட்ட என்னை மீட்க ரேமா வேண்டும். அவள் என்னைப் பிரிந்த அன்று கொன்றுவிட்டுச் சென்றிருந்தால் நன்றாக இருந்திருக்கும்; பெண்ணால் கொலைப்படுபவனே நாட்டுப்புறத்தில் கடவுளாகிறான். கலங்கரை வெளிச்சத்தில் தூரத்தில் ஓர் உருவம் வருவதுத் தெரிகிறது.

கடற்கரை இருட்டில் உப்புப் படர்ந்துக் காய்ந்த வெண்மை படிந்திருக்கும். அடர்த்திக் குறைந்த இருட்டில் தூரத்திலிருந்து ஓர் உருவம் என்னை நெருங்கி வந்தது. என்னை அருகிவந்ததும் தயங்கி நின்றது. இரவில் ஊரைக் கடக்கும் புதியவரை நிறுத்தி யார் என்று கேட்டறிவது வழிவழியாகத் தொடரும் வழக்கம்; எனவே, தயக்கமின்றி வந்தவரை வழிமறித்து விசாரித்தேன்;

'எங்கிருந்து வருகிறீர்கள்?'

"தெற்கிலிருந்து."

'திசையைக் கேட்கவில்லை, ஊரைக் கேட்டேன்.'

"நாடோடிகளுக்கு ஊர் இல்லை; வந்தத் திசையைக் குறிப்பிடுவதுதான் வழக்கம்."

'உங்களுடையப் பெயரை அறிந்துக்கொள்ளலாமா?'

"செங்கழுநீரி."

'இது எங்கள் ஊர்ச் சாமியின் பெயர்.'

“அதைத் தெரிந்துத்தான் சொல்கிறேன்.”

‘ஊருக்கு ஒரு பெயரா?’

“சாமிக்கு ஒரு பெயர்தான்; ஆனால், ஊருக்கு ஒரு சாமி.”

‘எங்குப் போகிறீர்?’

“போக்கற்றவளுக்குத் திசையெல்லாம் ஊர்கள்.”

‘இந்த இருட்டில் குரலின் வழி உங்களைப் பாலடையாளப்படுத்த முடியவில்லை. நீங்கள்...’

“ஆம், நான் ஆணாகப் பிறந்தவள்; பெண்ணாக உருமாறியவள். நானோர் இரு பிறப்பாளர். அதிருக்கட்டும், உங்கள் பெயர் என்ன?”

‘வள்ளத்தான்.’

செங்கழுநீரி இருண்டக் கடலை வெறித்தாள். கப்பல்கள் ஏதுமின்றி நீர்வெளி வெறிச்சோடி அசைந்தது. உருவத்தோற்றம் பெண் போல இருந்தாலும் குரலில் ஆண்தன்மை பிசிரடித்ததால்தான் அவளிடம் நேரடியாகப் பால்நிலைப் பற்றிக் கேட்க நேர்ந்தது. அவள் தயக்கமின்றி கேட்டாள்;

“வள்ளா, பசிக்கிறது, சாப்பிட ஏதேனும் கிடைக்குமா?”

‘அதோ, எட்டிய தூரத்தில் வெளிச்சம் தெரிகிறதே அதுதான் எனது குடில். தின்ன ஏதேனும் இருக்கும். இல்லையென்றாலும், அரைமணி நேரத்தில் சோறு வடித்து கருவாட்டுக் குழம்பு செய்துவிடுவேன். நீங்கள் வருவதாக இருந்தால் சமைத்துத் தருவேன். சாப்பிட்டு ஓய்வெடுத்து காலையில் உங்களுடையப் பயணத்தைத் தொடரலாம்.’

“குளிக்க வசதி இருக்கிறதா? மதியம், வழியிலுள்ள ஊரில் ஒருத்தி இந்தப் பையில் மாற்றுப் புடவையும் ரவிக்கையும் உள்பாவாடையும் தந்தாள். குளித்து நாளாகிவிட்டது. குளிக்கவும் சாப்பிடவும் வழி செய்வீரா? என்ன சிரிக்கிறீர், அதிகப்படியாக நடந்துக்கொள்கிறேனா?”

‘இல்லை செங்கேணி, கடலோடியான எங்கள் குடியும் ஒருவகையில் நாடோடிதான். இந்த இரவு என்னுடைய விருந்தாளி நீங்கள். இந்தப் பூமியில் தோன்றி வாழ்ந்துச் சாகும் உயிர்களெல்லாம் விருந்தினர்தாம்.’

பேசிக்கொண்டே இருவரும் குடிலையடைந்தோம். மின்விளக்கு வெளிச்சத்தில் அவளைத் தெளிவாகப் பார்த்தேன். அவளுடம்பின் வியர்வை நெடி காட்டமாக இருந்தது. துவட்டிக்கொள்ளத் துண்டும்

குளிக்க சோப்பும் கொடுத்து குளியலறைக்கு அனுப்பினேன். அடுப்பங்கரைக்குச் சென்று சமைக்கத் தொடங்கினேன். அரைமணி நேரத்தில் சோறும் குழம்பும் முட்டையும் செய்தேன். அவள், உடுத்தியிருந்ததைத் துவைத்துவிட்டு கையோடு கொண்டுவந்ததை உடுத்திக்கொண்டாள். அவளுக்கு உணவைப் பரிமாறினேன். இயல்பாக இருந்தாள். உற்றுநோக்க உடம்பில் ஆண்தன்மைத் தெரிந்தது. ஆனால், முகத்தின் அகன்ற கண்களில் சுழலும் விழிகளில் பெண்மைப் பூத்து மணந்தது. உடம்பில் பெண்கள் அணியும் நகைகள் ஏதுமில்லை. கருங்கல் பெண் சிலையைப்போல உறுதியாக இருந்தாள். பேசும்போது கருங்கல் நொறுங்கிச் சல்லிகளாகச் சொற்கள் உதிர்ந்தன. ஆணுடன் பெண்கலந்த ஆபெண்ணாளை இதுநாள்வரை கலந்ததில்லை. ஆனால், அவளை ஏற்கெனவே எங்கோ பார்த்துப் பழகியதுபோல் ஓர் எண்ணம்.

சாப்பிட்டு முடித்ததும் கழுவியக் கைகளை முந்தாணையால் துடைத்தபடி என் எதிரிலிருந்த வேறொரு நாற்காலியில் அமர்ந்தாள். அவளைப்போல என்னால் இயல்பாக இருக்க முடியவில்லை. நானோர் உள்ளோட்டை மனிதன் என்பது துலங்கியது. அவளது கண்களை எதிர்கொள்ள முடியாமல் தவிப்பதை ரசித்தபடி இருந்தாள். இருக்கையிலிருந்து எழுந்து அருகில்வந்து எனது தலையைக் கோதினாள். அவளது செயலைத் தடுக்கவில்லை. என் முகத்தை நிமிர்த்தி உதடுகளைக் கவ்வி முத்தமிட்டாள். நாவுடன் நாவைத் துழாவிய நெடிய முத்தத்தில் ரேமாவின் சுவை தட்டுப்பட்டது.

செங்கேணி எனது புலன்களை ஒவ்வொன்றாக ஆக்கிரமிப்புச் செய்தாள். என்னை ஒவ்வொரு பகுதியாக அவளிடம் இழந்துக்கொண்டிருந்தேன். நான் தழுவிக்கொண்டிருப்பது ஓர் ஆபெண் என்னும் உணர்வைக் கொஞ்சம் கொஞ்சமாக இழந்துக் கொண்டிருந்தேன். அவள் பெண்ணானவன் என்ற உண்மையை முற்றாய் மறந்த உச்சக் கணத்தில், படுக்கையறையில் கட்டில் மேல் என்னை இருத்தினாள். கட்டில் மேலிருந்த மடிக்கணினியை எடுத்து மேசைமீது வைத்துவிட்டு அருகில் அமர்ந்தாள். நான் தலைக் குனிந்திருந்தேன். இந்த உணர்வு எனக்குப் புதியது. ரேமா என்ற வெள்ளைக்காரி முதன்முதலில் என்னைத் தொட்டபோது எனது கறுத்தவுடம்பில் இப்படியான அந்நியத்தன்மையை உணர்ந்தேன். இன்று இந்த ஆபெண் என்னைத் தொடும்போது அதே அந்நியத் தவிப்பை இனங்காண்கிறேன். சதைப்பற்றான உதடுகளின் தேன் நிறம் முகம் முழுதும் வழிந்தது. உள்ளங்கைகளில் ஏந்திய என்

முகத்தை நுனி நாவால் தீண்டினாள். மார்கழிப் பனி தைக்கும் நாநுனி ஈரத்தால் படர்ந்த முகத்தில் கோலமிட்டாள். எனது மூச்சுக் காற்றின் அனல் அவளது கண்களைப் பொசுக்கியது. கணந்தோறும் இமைத்துக் கொண்டிருந்தாள். என்னில் மேலும் கீழும் ஆடைகள் அவிழ்த்து உடம்பில் அம்மணம் எழுதினாள்.

ரேமா... என்று வாய்விட்டுப் பெயர்ச்சொல்லி அவளைத் தழுவினேன். என்னைப் படுக்கையில் சாய்த்து, என் பெயர் செங்கேணி - எனத் திருத்தி உதடுகளைக் கவ்வினாள். சேலையும் அதை அணிந்த உடம்பின் வாசனையும் என்மீது படர்ந்தது. ஆணுக்குள் பெண்ணும் பெண்ணுக்குள் ஆணுமாய்; ஆணான எனது அம்மணம் பிசைந்து பெண்ணாக்கினாள். தாய்ப் பூனை தன் குட்டியைக் கவ்வுவதுபோலக் கவ்வி, லிங்கரூபினியானவள் எனது உடம்பில் மாதொருபாகனை உருவகித்தாள். ஏறு தழுவுதல் போல அவளை ஏறித் தழுவினேன். இரும்பைத் தங்கமாக்குவதில் இல்லை, ஆணைப் பெண்ணாக்குவதே ரசவாதம். அலைக்கடலென ஆர்ப்பரித்தச் செங்கேணி சவஸ்கலிதத்தில் தன்னிறைவுற்றாள். எனது ஒற்றைத் துடுப்பு அலைகளில் சிக்கி முறிந்து, இரண்டுத் துண்டுகளாகக் கரையொதுங்கியது.

கட்டிலைவிட்டு எழுந்து குளியலறைக்குச் சென்றுவந்தாள். மல்லாந்து அயர்ந்திருந்த எனக்குப் பக்கத்தில் படுத்து ஒருக்களித்து வலக்காலை என்மீதுப்போட்டு வலக்கையால் இருக்கி அணைத்துக் கொண்டாள். பால்நிலைத் தன்மையை அற்றுப்போகச்செய்யும் தந்திரம் கற்றவளோ என நினைத்தபடி அவளை உற்று நோக்கினேன். பெண்ணைத் தாயாக்கும் இயந்திரவியலே ஓர் ஆணைப் பெண்ணாக்கும் தொழில்நுட்பத்திலும் செயலாற்றுகிறது.

“வள்ளா, என்னை ரேமா என்று அழைத்தாயே அந்தப் பெயருக்குரியவர் ஆணா? பெண்ணா?”

‘அவள் என் தோழி. பிரெஞ்சு நாட்டுக்காரி.’

“அந்தப் பெயர் என் உடம்புக்குப் பொருந்துகிறதா?”

‘இல்லை; ஏதோவொரு கணத்தில் அந்தப் பெயர் உள்ளப் பரிதவிப்பில் காற்றில் மிதந்துவந்து உனது உடம்போடு ஒட்டிப் பொருந்தியது. அப்பெயர் உன்னை உறுத்தியிருந்தால் என்னை மன்னித்துவிடு.’

“வள்ளா, அப்போது நமக்கிடையில் காற்றைத் தவிர வேறேதும் இல்லையா? அந்தப் பெயரை நீ உச்சரித்தபோது என் தொடைகளின்

கவையில் யோனி மொட்டவிழ்ந்ததை உணர்ந்தேன். என்னை அணைத்தபடி தூங்கு. காலத்தில் மீண்டும் உன்னைச் சந்திப்பேன்."

'ரேமா உன்னைப் போலவே ஒரு நாடோடி. செங்கேணி, உனது முடிவில்லாப் பயணத்தில் என்றேனும் நான் உன்னைப் பின்தொடர்ந்து வருவதைப்போல உணர்ந்தால் என்னைத் தேடி வா; இதே ஊரின் கடலோரத்தில்தான் இருப்பேன்.'

"என்னுடன் இருந்ததை எப்படி உணர்கிறாய்?"

'கடல்கன்னியைப் புணர்ந்ததைப்போல உணர்கிறேன்.'

செங்கேணி ஒரு பெண்ணைப்போலச் சிரித்தாள். ஆம், அது ஒரு பெண்ணொலி.

10

ஒரு குமுகாயம் தன்னைப் பற்றி எழுதித் தொகுத்துக்கொள்ளும் வரலாற்றில் என்னைப் போன்றவர்கள் விடுபட்டுவிடுகின்றனர். இவ்வகையான விடுபடல் ஒவ்வொரு நிலப்பகுதியிலும் ஒவ்வொரு காலத்திலும் நேர்ந்துவிடுகிறது. இந்த விடுபடல் எதேச்சையான நிகழ்வன்று; இது முன்கூட்டியத் திட்டமிடல். இந்த அரசியலே எதிர்ச் சமூகச் செயல்பாட்டிற்கு வழிகோல்கிறது. இவ்வகையான விடுபடல்களே எதிர்க்கதையாடல்களை வளர்த்தெடுக்கின்றன. தேர்ந்தெடுக்கப்பட்ட தனிமனிதர்களின் தன்வரலாறுகளைத் தொகுத்து சமூக இலக்கணம் எழுதப்படுகிறது. தனிமனிதத் தேர்ந்தெடுப்பின் அரசியலே அறம், பண்பாட்டு வழிமுறைகள், குடும்பவுறவுகளின் நெறிமுறைகள் இவற்றின் அடிப்படைகளை வகுக்கின்றன. இவை சமூகப் பொது நீரோட்டத்துக்கு வழிசெய்கின்றன. பொது அறத்திலிருந்து விளையும் சமூக அதிகாரத்தைக் கைக்கொள்ளும் ஒருவர் என்னைப் போன்றோரைச் சமூக விலக்கம் செய்கிறார். நான் அனைத்திலிருந்தும் அந்நியமாக்கப்படுகிறேன். மாற்று வழி, மாற்று வாழ்க்கை, மாற்றுச் சமூகம் என்பவை தம்போக்கில் இயற்கையாய் - எதிர் இயற்கையாய் உருவாகாதவரை வள்ளத்தான் என்றழைக்கப்படும் எனக்கும் செங்கேணி என்றழைக்கப்படும் என் ஆபெண் தோழிக்கும் இடையிலான உயிரியங்கியலால் பொதுச் சமூகத்தில் பிறழ்வு ஏற்படத்தான் செய்யும். இந்தப் பிறழ்வு சமூக அமைதியைக் குலைத்தால், அதற்கு நானோ செங்கேணியோ பொறுப்பாகமாட்டோம்.

ஓரிரவு என்னுடன் தங்கிப்போகலாம் என்ற முடிவோடு கண்ணயர்ந்த செங்கேணி ஒருவாரம் தங்கினாள். பழகப்பழக அவளுடம்பின் ஆண் தடயங்கள் அறவே மறைந்துப்போயின. மனிதவுடம்பு தசை, நரம்பு, எலும்பு, குருதி இவற்றால் மட்டுமன்று, அது மொழி என்னும் சமூகக் கூட்டு அறிவாலுமானது. செங்கேணியின் மார்பில்

கைப்பிடிக்குள் அடங்கும் ஆண் காம்பு அரும்பிய முலைகள் புடைத்திருந்தன; அவை மொழியாலானவை. ஆம், மொழியின் இயங்கியல் ஓர் உடம்பின் பால் தன்மையை மாற்றியமைக்க வல்லது. இது, கல்லை நட்டு தெய்வம் என்று வணங்கும் மனவேதிமையின் பாற்பட்டது. கல்லை உயிர்ப்பிக்கும் மொழி, உடம்பில் கெட்டிப்பட்டுப்போன பாலடையாளத்தை மாற்றியமைக்காதா? விலங்கு, மனிதர், கடவுள் இவை மூன்றிற்குமிடையே நிகழும் ரசவாதம் மொழியின் விளைவு. அவளொரு ரசவாதி. அவளால் இந்த உப்புக் கடலைப் பாற்கடலாக மாற்றமுடியும். அவளுடம்பு பகலில் ஒன்றாகவும் இரவில் வேறொன்றாகவும் உருமாற்றமடைந்தது. கோயில்கொண்ட செங்கழுநீர் அம்மனின் வாடை அவளுடம்பில் கமழ்ந்தது. தன் விருப்பமில்லாமல் அவளுடம்பை யாராலும் தொடமுடியாது என்றாள். மழைக்குள் நடந்தாலும் தன்னுடைய இசைவின்றி மழையால் தன்னை நனைக்க முடியாது எனச் சொன்னபோது என்னால் நம்பாமலிருக்க முடியவில்லை. ஆம், அவளொரு மாயயெதார்த்தப் பனுவல்.

"உடம்பும் அதில் விளைந்த மொழியும் மட்டுமே எனக்கென நான் கொண்டவை. இந்த உடம்பும் மொழியும் பெற்றவளிடமிருந்து நான் பெற்றவை. தந்தை இல்லாத என்னை ஓர் ஆணாகப் பெற்றாள்; ஆண் தன்மையை மாற்றி அன்னையின் பால் தன்மையைப் போலிச்செய்தேன். அம்மாவின் வயிற்றில் பிள்ளையைக் கொடுத்துவிட்டு ஓடியொளிந்தத் தந்தையின் நகலாகப் பிறந்தேன். தந்தையில்லாத் தனையனாக வளர்ந்தேன். பத்து வயதில் என்னைத் தனியே விட்டுவிட்டு அம்மா வேறோர் ஆணுடன் ஓடியொளிந்தாள். நான் அனாதையாக நடுத்தெருவில் நின்றேன். தந்தை என்ற ஆணையும் தாய் என்றப் பெண்ணையும் ஒருசேர வெறுத்தேன். ஆணையும் பெண்ணையும் புறக்கணித்து ஆபெண் என்ற மூன்றாம் பாலாகத் திரிந்தேன். இன்று உன்முன்னே இருக்கும் நான், யாருடையத் துணையுமின்றி என்னை நானே உருக்கி வார்த்தது. நான் ஆணல்லன் பெண்ணல்லன் அலியுமல்லன். நான் சேலையும் உடுத்துவேன் வேட்டியும் கட்டுவேன்; எனக்கு எதிரில் நிற்பவரே நான் அணியும் ஆடையைத் தேர்ந்தெடுக்க வைக்கிறார். என் உடம்பிற்குத் தனித்தப் பாலடையாளம் இல்லை; அணியும் ஆடையே அன்றையப் பொழுதின் பால்நிலையை அறுதியிடுகிறது. என்னை ஆக்கியவள் ஒரு பெண் என்பதால், பெரும்பாலும் அவளையே நான் போலிச்செய்கிறேன். வள்ளா, எனக்கு முப்பது

வயது நடக்கிறது. ஏழாண்டுகளுக்கு முன்பொருநாள் தொடர்வண்டியில் பயணித்துக் கொண்டிருந்தபோது, ஒரு நிறுத்தத்தில் நானிருந்தப் பெட்டிக்குள் ஒரு குடும்பம் நுழைந்தது. பெற்றோரும் ஆண், பெண் குழந்தைகளும் கோயிலுக்குச் சென்று திரும்புகிறார்கள். பையனுக்கு மட்டும் மொட்டைப்போட்டு சந்தனம் மெழுகப்பட்டிருந்தது. அந்தக் குடும்பத்தின் தாய் என்னைப் பார்த்து புன்னகை செய்தாள். அன்று நான் சுடிதார் அணிந்து மார்பில் துப்பட்டாப் போட்டிருந்தேன். கல்லூரி மாணவியின் தோற்றத்தில் இருந்த என்னை எதிரிலிருந்த அம்மா குறுகுறுவென்று பார்த்தாள். வள்ளா, சொல்லச் சொல்ல வலிக்கிறது. ஆம், முதல் பார்வையிலேயே அவளை அடையாளம் கண்டுகொண்டேன். அவளால் என்னை அடையாளம் காண இயலவில்லை. அவள் வேறுயாருமில்லை; என்னைப் பெற்ற பாலசுந்தராம்பாள். கண்ணீர் முட்டிக்கொண்டு வந்தது; துப்பட்டாவால் முகத்தை முக்காடிட்டு மூடிக்கொண்டேன். போய்ச் சேரவேண்டிய இடத்தைத் தவிர்த்து, பாதிவழியில் ஏதோவொரு நிறுத்தத்தில் இறங்கிக்கொண்டேன். இறங்கும்போது அம்மா என்னை நிறுத்தி கோயிலிலிருந்து கொண்டுவந்திருந்தத் திருநீறை நெற்றியிலிட்டாள்.

வள்ளா, நான் உடம்பின் வழியே உடம்பைக் கடந்தவள். உடம்பின் வழியே உறவைக் கடந்தவள். அம்மாவுடன் பத்தாண்டுகள் அவளுக்கு மகனாக வாழ்ந்தேன். அடுத்த பத்தாண்டு ஓர் ஆபெண் மூதாய்க்கு வளர்ப்பு மகளானேன். அவள் இறந்ததும் நாடோடி வாழ்க்கையைத் தேர்ந்தேன். கடந்தப் பத்தாண்டுகளாக குமரிமுதல் இமையம்வரை மனம் போகும்போக்கில் பயணித்துக் கொண்டிருக்கிறேன். இந்தப் பயணம் மரணம்வரைத் தொடரும். ஓரிடத்தில் தேங்கினால் இந்த உடம்பில் ஒற்றைப் பால் தன்மைப் படிந்துவிடும். ஓர் ஆணால் என்னைப் பெண்ணாக்க முடியும்; ஒரு பெண்ணால் என்னை ஆணாக்க முடியும்; நான் அவரவர் கை பக்குவம். செங்கழுநீராளைப் பேச்சு வழக்கில் செங்கேணி என்று என்னை அழைக்கிறாய். கூடும்போது ரேமா என்ற உன் தோழியின் பெயரால் அழைக்கிறாய். என்னை உனக்கு அணுக்கமான இரண்டில் ஒன்றில் வகைப்படுத்த விழைகிறாய்; செங்கேணி என்ற தெய்வம், ரேமா என்ற தோழி; உடனுறை தெய்வமும் உலகெலாம் மிதந்துத் திரியும் தோழியுமாக என் ஒற்றை உடம்பில் இருவரை அடைக்கத் தவிக்கிறாய். வள்ளா, என்னை மிச்சம் வைக்காமல் உன்னால் அள்ளித் தின்றுமுடிக்க இயலாது. மிச்சத்தில் உயிர்வளர்த்து

வெளியேறும் இயல்பினளான நான் உன்னில் செங்கேணியாக நினைவில் தேங்கவே விரும்புகிறேன்.''

என் வாழ்க்கையில் எதிர்க்கொண்ட பெண்களைப்போல் அத்தனைத் தெளிவாக ஒரேவொரு நாள் இன்றுவரை நான் வாழ்ந்ததில்லை. என் உடம்பால் நிகழும் எனது வாழ்க்கையை வெளியிலிருந்து யாரோவொருவர் நாள்தோறும் வடிவமைக்கிறார். குடும்ப அமைப்பிலிருந்து வெளியேறிய ஒரு பெண்ணின் வாழ்க்கையை அவளது உடம்புக்கு வெளியிலிருந்து வேறொருவரால் வழிநடத்த முடியாது. செங்கேணி ஒற்றை உடம்பில் இருவேறுபட்ட பால்நிலையின் வழிநடந்து இருவேறு வாழ்க்கையை வாழ்கிறாள். வெள்ளிக்கிழமை மாலை என்னுடைய சலவை வேட்டிச் சட்டையை அணிந்துக்கொண்டு, வாரிக்கட்டியக் கூந்தலை அவிழ்த்துப் படியவாரி ஓர் ஆணாக என்னுடன் கோயிலுக்கு வந்தாள். அன்று கோயிலில் சந்தித்த அங்காளனிடம் அவளை 'என் புதிய நண்பன், ஒரு நாடோடி' என்றுதான் அறிமுகம் செய்தேன். யாருடையக் கண்ணுக்கும் அவளோர் ஆபெண்ணெனத் தெரியவில்லை. உடம்பைப் பால்தன்மை மாற்றி வகைவகையாக உயிர்க் கலைப்பொருளாய்ச் செய்வதின் தொழில்நுட்பம் அறிந்தவள்.

ஒருநாள் அருகன்மேட்டு அகழ்வாய்வுப் பகுதிக்குச் செங்கேணியை அழைத்துச் சென்றேன். வம்பா மணல் மேடுகளும் சவுக்குக் குத்துச்செடிகளும் இடிந்த பண்டைய நகரத்தின் இரண்டொரு குட்டிச்சுவர்களும் தோண்டப்பட்டு அரைகுறையாக மூடியப் பள்ளங்களும் நிறைந்த அப்பகுதியின் இடுகாட்டுத் தோற்றம் அவளுக்குள் கேவலை உண்டாக்கியது. அவ்விடத்தின் பேய்த்தன்மை அவளைக் கலவரப்படுத்தியது. வேர்த்துக்கொட்டிய முகத்தை முந்தாணையால் துடைத்தபடி இருந்தாள். முகத்தின் பெண் அழகுப் பிசகி வெறிச்சிட்ட ஆண்தன்மை வெளிப்பட்டது. அவளை அங்கிருந்து இழுத்துக்கொண்டு பக்கத்திலிருந்த சவுக்குத் தோப்புக்குள் நுழைந்து உதிர்ந்த செத்தைக் கூளத்தில் அமர்த்தித் தணிவுறுத்தினேன். பால் கடந்த ஒரு வெற்றிடம் அவளது தோற்றத்தில் துலங்கியது. என்னைநெடுநேரம் அணைத்தபடியிருந்தாள். அவளை என்மீது கிடத்தி மல்லாந்துப் படுத்துவிட்டேன். இருவரும் அப்படியே தூங்கிவிட்டோம். பிற்பகலைக் கடந்து, பொழுது மேற்கில் சாயத்தொடங்கியது. இருவருக்கும் பசித்தது. வீட்டை நோக்கி நடக்கத் தொடங்கினோம். கடற்கரைக்கு வந்தோம். அலைகளில் பாதங்கள் நனைய நடந்தபடி பேசினாள்;

“வள்ளா, அந்த அருகன்மேட்டில் நான் ஏற்கெனவே காலத்தில் ஒருநாள் புதைக்கப்பட்டிருக்கிறேன். என் உடம்பில் கால மாற்றத்தையும் பிணத்தன்மையையும் உணர்ந்தேன். கோயிலில் உன்னுடனிருந்தபோது உள்ளம் ஒரு புள்ளியில் குவிந்து பாதுகாப்பாக உணர்ந்தேன். அருகன்மேட்டுத் தொல்வெளியில் உள்ளம் சிதறி பைத்திய நிலையைத் தொட்டேன். ஆம், சூன்யத்தைச் சுட்டுவிரலால் தொட்டேன்; அதுவொரு புள்ளியில் அடங்கியிருந்தது. நிலத்தில் எந்த இடத்தில் தோண்டினாலும் மனிதவெலும்பு காணக்கிடைக்கும். எல்லோருமே ஏதோவொரு காலத்தின் புதைக்குழி மீதுதான் இன்று வீடுகட்டி வாழ்கிறோம். நான் என்பது நாளையப் பிணம்; இன்று அதை சுமந்துத் திரிகிறேன். ஒரு பிணத்தை நகர்த்திவிட்டு அந்த இடத்தில் என்னைத் தரித்திருக்கிறேன். வள்ளா, எனக்கு மது வாங்கித் தருவாயா? இந்த மாலை மொட்டை மாடியில் அமர்ந்து கடலைப் பார்த்தபடி குடிக்கவேண்டும். முதலில் குளிக்கிறேன். குளித்தப் பிறகு சமைக்கிறேன். நீ அரியாங்குப்பம் சென்று மது வாங்கிவா. நாளை காலை இங்கிருந்து என் பயணத்தைத் தொடங்கிவிடுவேன். இன்று உன்னுடன் எனக்குக் கடைசி இரவு.”

‘செங்கேணி, ஏன் நாளையே போகவேண்டும்? இன்னும் சில நாட்களுக்கு இன்னும் சில வாரங்களுக்கு இன்னும் சில மாதங்களுக்கு நீ போவதை ஒத்திப்போடக்கூடாதா? உன்னுடன் இன்னும் ஆழமாகப் பழகி, உன்னை வகைப்படுத்தி, வாழ்வின் வகை மாதிரிகளின் சேகரிப்பில் இடப்படுத்த வேண்டும். பாலால் வகைப்படுத்தப்பட்ட உடம்பின் வரையறைகளைப் பொருளற்றதாக்கும் உனது உயிரியல் செயல்பாடுகள் என்னைத் திகைக்கவைக்கின்றன. உன்னை முன்நிறுத்தி கலைந்துகிடக்கும் என்னை நேர்செய்துக்கொள்கிறேன். செங்கா, ஓர் ஆபெண்ணாகிய நீ, ஆணென்ற பால்தன்மையில் நிலைத்த எனது மூளையின் ஒழுங்கமைவைச் சிதைவாக்கம் செய்துவிட்டாய். எனது உள்ள ஒருங்கமைவைக் கட்டுடைத்துவிட்டாய். என்னை இப்படியே கலைத்துப்போட்டுவிட்டு நீ சென்ற பிறகு பழையபடி என்னைக் கொண்டுககூட்டிப் பொருத்தி எனக்குக் கையாளக்கூடிய வகையில் என்னை மீண்டும் ஒருங்கமைக்க யார் உதவிக்கு வருவார்? செங்கா, எனது பேச்சில் வெளிப்படும் தடுமாற்றத்தைக் கவனித்தாயா? உண்மையில் நானோர் உள்ளோட்டை மனிதன். என்னைக் கடலுடன் அடையாளம் கண்டாலும் எனக்கான வெளி ஒரு கைப்பிடிக்குள் அடங்கிவிடும். நான் தனியன்; பரிமாணங்கள் இல்லாதவன்.

இழப்பதற்கும் பெறுவதற்கும் எனக்கு இந்த உடம்பைத் தவிர வேறெதுவுமில்லை. சாளரத்தைத் திறந்தால் பார்வையை மறைக்கும் கடல். இந்தத் துணைக்கண்டத்தின் ஒருபக்க விளிம்பில் நிற்கிறேன். ரேமாவைப்போல உன்னைப்போல நாடிலியாகச் சுற்றித்திரிய ஆசை; அதற்குப் பயமற்ற மனம் வேண்டும். மரணத்திடமிருந்து உடம்பைப் பொத்திப் பாதுகாப்பதே வாழ்க்கை. இதுநாள்வரையான என் வாழ்க்கையில் சந்தித்தவர்களில் மரணபயம் இல்லாத இருவராக ரேமாவையும் உன்னையுமே சொல்வேன். வரலாற்றில் புதையுண்ட நகரங்களையும் அவற்றில் அகழ்ந்தெடுக்கப்படும் மனிதர்களையும் ஆய்ந்து காலத்தைக் கணக்கிடும் ரேமா தனக்கு அழிவில்லை எனச் சொல்லிக்கொள்கிறாள். நீ உன்னைத் தோண்டுகிறாய்; உனக்குள் புதைந்திருக்கும் கால வெளியின் சிதைவுகளைக்கொண்டு உனக்கான வரலாறைக் கட்டமைக்கிறாய். ஆக, வரலாற்றில் வாழ்பவர்க்கு மரணமில்லை என்பதனால் மரணபயமின்றி உங்களால் வாழ முடிகிறது. ஒரேவொருநாள் மொழிவழி இயங்கும் மூளையின் செயல்பாடுகளை நிறுத்தி உயிர் வரலாற்றின் முன்பின் தொடர்பறுத்து வெற்றாய் நிற்கவேண்டும். வாழ்நாளெல்லாம் வரலாறைச் சுமந்துத் திரிவதே மனிதவுயிரியின் ஆகப்பெரிய பிரச்சினை. கடந்த காலத்தின் வன்முறையை நிகழ்காலத்திலும் நிகழ்த்திப்பார்க்க மனித வரலாற்று மனம் அவாவுகிறது. வரலாற்றின் வன்முறை என்னைத் துரத்திக்கொண்டிருக்கிறது; அதன் மீதான பயமே மரணபயமாக என்னில் தொடர்கிறது. செங்கா, இந்த மொட்டைமாடி நிலா, கிழக்கில் நெளியும் கடல், கண்ணாடிக் கோப்பையில் இனிக்காத மது, உனக்கும் எனக்கும் நடுவில் இரு முழநீள வெட்டவெளி, உன் தலைக்குப் பின்னே செங்கழுநீராளின் கோயில் கோபுர மின்விளக்கு, உன்னில் பொங்கும் புத்தம்புதிய பெண்மை, என்னுள் விளையும் பொருள் விளங்காக் காமம்; இவை எனது ஐம்புலன்களை இடம்மாற்றி பொருத்துகின்றன. என்னுடன் கொஞ்சக்காலம் இரு என உன்னை வற்புறுத்தவில்லை; ரேமாவைக்கூட என்னுடன் இரு என்று வற்புறுத்தியதில்லை; தலைக்கு மேலே நின்று கலைந்து செல்வதே முகிலின் இயல்பு. போக்கற்றப் பயணத்தில் ஓரிடத்தில் திகைத்து நிற்கும்போது, நினைவிலிருந்தால் நானிருக்கும் திசைநோக்கித் திரும்பி வா. எதிராளியின் மேல் எந்தவோர் எதிர்பார்ப்புமின்றி காதல்கொண்டுவிடுவது என் இயல்பு. காதலுக்காக ஏங்கும் தனித்திருப்பவனின் வலி. எதிர் நிற்கும் மரணத்தைத் தாண்டிச் செல்லத் தெரிந்த எனக்குக் காதலின் பரிதவிப்பைத் தாண்டிச்செல்லத் தெரியவில்லை. செங்கேணி, எழுதினால் ஒரு பக்கத்திற்குள் அடங்கிவிடும் பெருங்காப்பிய

வாழ்க்கையை உன் உடம்பால் எழுதிச்செல்கிறாய். உன் மடியில் படுத்துக்கொள்ளட்டுமா?’

“வள்ளா, இனப்பெருக்கம் சாத்தியப்படாத இணையரின் வாழ்க்கை பரிமாணமற்று தட்டையாகி தமக்கிடையே ஒருவர்மேல் மற்றொருவருக்குச் சலிப்பை உண்டாக்கிவிடும். என்மீது நீ கொண்ட அன்பை மதிக்கிறேன். பெறுவதற்கும் கொடுப்பதற்கும் அன்பைத் தவிர நம்மிடம் வேறென்ன இருக்கிறது? கடவுளைக்கூடப் பொதுவில் வைக்காத இச்சமூகத்தில் எனக்கானப் பொது அடையாளம் என்ன? உன்னளவில் வெளியில் நிற்பதாகச் சொன்னாலும் நீ இந்த மீனவக் குடியின் ஓர் அங்கம்; அதிலிருந்து உன்னால் வெளியேற முடியாது. காலத்தில் ஒரு கணம் போல உனது வாழ்க்கையில் வந்துபோன ஒரு கதையுயிரி நான்; என் உடம்பில் எழுதிய கதையை நீ வாழ்ந்துப்பார்க்க முடியாது. தனித்தனி உடம்பில் எழுதப்பட்டுள்ள தனித்தனி கதையைத் தனித்தனியாகத்தான் வாழ்ந்துமுடிக்க வேண்டும். என்னை நீ வாசித்துப்பார்க்கலாம்; ஒருபோதும் வாழ்ந்துப்பார்க்க முடியாது. வள்ளா, உன் நினைவில் திடம் அழிந்தப் பொருளின் வாசனையாக மட்டுமே நான் நிலைத்திருக்க விரும்புகிறேன்.”

‘செங்கா, வெறும் வசனையை முகர்ந்து உயிர்வாழ முடியுமா? அந்த வாசனையை வெளிப்படுத்தும் மூலப்பொருளைத் தின்று பசியாறவேண்டும். கானல் நீரில் தூண்டில் வீசும் வாழ்க்கையால் அலைக்கழிகிறேன். தொடர்ந்துவரும் இப்படியான வலி என்னை உயிர்ப்போடு வைத்திருக்கிறது. இதுநாள்வரை அழுததில்லை; ஆனால், அழுகைத் தேங்கிய முகம் என்னை உன்னிடம் வெளிப்படுத்திவிடும். என்னுடன் சேர்ந்து மீன் பிடிக்கவரும் கூட்டாளி நடுயிரவில் நடுக்கடலில் ஓவென்று வாய்விட்டு கத்திக்கதறி அழுவான். படிப்படியாக அவனே அமைதியடைவான். ஏன் திடீரென்று அழுதாய் என்று நானும் கேட்டதில்லை, அவனும் சொன்னதில்லை. காலப்போக்கில் அவனுடைய இந்த அழுகை எனக்குப் பழகிவிட்டது. கடலில் அழும் அவன் ஒருநாளும் கரையில் அழுததில்லை. ஏன எப்போது எதனால் திடீரென அழுகிறான் என்பதை என்னால் கணிக்கமுடிந்ததில்லை. அந்த அழுகை ஓர் இசைக் கட்டுமானத்தைக் கொண்டிருக்கும். என்னுடன் மட்டுமே தொழிலில் இணைச்சேருவான். அவனுக்குக் குடும்பம் இருக்கிறது. அழுகையில், கட்டப்பட்ட உறவுகளின் இறுக்கம் தளர்ந்து ஒருவகையான நெகிழ்ச்சியை அடைவான். அழுகைக்குப் பிறகு தொடரும் பேச்சில் இயல்பின் குதூகலம் வெளிப்படும்.

122 அருகன்மேடு

அழுமையும் ஒருவகையில் மருத்துவமுறைதான். ஆம், அதுவும் ஒரு யோகநிலைதான் போலும்.'

"வள்ளா, அதிகாலை நீ ஆழ்ந்தவுறக்கத்திலிருக்கும்போது நான் உன்னிடம் சொல்லாமல் புறப்பட்டுவிடுவேன்; நீ விழித்திருக்கும்போது என்னால் அசைய முடியாது. காலை, நீ எனக்கு வழிச்செலவுக்குத் தந்தப் பணத்தை நீ எடுத்த இடத்திலேயே வைத்துவிட்டேன். கையிருப்பில் பணம் வைத்திருப்பது பெருஞ்சுமை; அது என்னை அரசியல்படுத்திவிடும். நானோர் அல்அரசியலுயிரியாக இருப்பதையே தேர்கிறேன். உனது தொழில் கூட்டாளி அழுகையின் அரசியலை நன்கு அறிந்தவன்; நடுயிரவை, நடுக்கடலை அழுவதற்கான பொழுதாக, இடமாகத் தேர்ந்தெடுத்ததில் அவனுடைய கண்ணியம் துலங்குகிறது. இனி, அவனுடைய அழுகையை நீ எதிர்கொள்ளும்போது உனக்குப் பக்கத்தில் நானிருப்பதைத் திடமாக உணர்வாய். பேரழுகைக்கு உருவம் கொடுத்தால் அது நானாகத்தான் இருப்பேன். இனி, நீ யாரொருத்தியை முத்தமிடுகிறாயோ அந்த உதடுகளில் ஊறும் எச்சிலில் நானிருப்பேன். நான் பெண்மையில் முழுமையைத் தேடுகிறேன். அரைகுறைப் பெண்ணான நான் தூமையொழுகும் யோனிக்காக இத்துணைக்கண்டத்திலுள்ள பெண் தெய்வங்களிடமெல்லாம் வேண்டுகிறேன். வள்ளா, நீ சாவதற்குள் ஒரேவொரு நாள் பெண்ணாக வாழ்ந்துப் பார்; உன் உடம்புக்குள் நான் கூடுபாய்ந்திருப்பதை அறியவருவாய்."

'ஆண், பெண் என்னும் பால் பிரிவினை உடம்புச் சார்ந்தது; இனப்பெருக்கத் தொழில்நுட்ப இயந்திரவியலுக்குள் மட்டுமே உடம்புகளை வகைப்படுத்தி என்னால் பொருள்கொள்ள முடியாது. ஆண், பெண், ஆபெண் என்னும் வகைமை போதுமானவை இல்லை. இன்னும் புதியப் புதியப் பொருண்மை வகையை உருவாக்கவேண்டும். இதற்குக் கலையியலும் மெய்யியலும் அறிவியலும் ஒருங்கிணைந்துச் செயல்படவேண்டும். ஒருமை திரிந்து பால் பண்மைக்கொண்ட உடம்புகளை உருவாக்கினால் அவற்றில் பாசிசம் படியாது. மேலாதிக்க இச்சை தவிர்த்த மூளைகளால் புதிய உலகைச் செய்யவேண்டும். செங்கா, உன் உடம்பை ஓர் ஆய்வுக்கூடமாக மாற்றி வைத்திருப்பதைப்போல ஒவ்வொருவரின் உடம்பும் ஓர் ஆய்வுச்சாலையாகச் செயல்படவேண்டும். ஒற்றை உடம்பைப் பன்மை செய்வதே எதிர்காலப் புரட்சிக்கான அடிப்படை. உன்னை ஓர் அல்அரசியலுயிரி என்றாய்; ஆபெண்ணான நீ ஒரு பின்நவீன அரசியலுயிரி என்பதை

அறிந்திருக்கவில்லை. இயற்கையில் விளைந்த மனிதவுடம்பில் அடைப்பட்டிருப்பதைக் கலைத்துப் போடும்போது ஆதிக்கம், அதிகாரம் உன்னில் செயல்படாது. இது உனது உடம்பு, உனது உரிமை; இதை வெளியிலிருந்து வழிநடத்தவோ மேலாதிக்கம் செய்யவோ அரசு இயந்திரத்தை அனுமதிக்கக்கூடாது. செங்கா, நீ எதிலும் அடைப்படக்கூடாது. எனக்கு இப்போதிருக்கும் இந்தத் தெளிவு, விடிந்ததும் நாளையப் பகலில் இருக்காது. ஆம், நான் உன்னைப்போல இல்லை; இந்த வேறுபாடே நமக்கிடையேயான இயங்கு விசையாகச் செயல்படுகிறது.'

"வள்ளா, என் உடம்பை ஓர் ஆய்வுக்கூடம் என்கிறாய்; எனது இந்நிலை இருப்பில் எனக்கு எந்தவோர் அரசியல் தெளிவுமில்லை. ஆம், எந்தவொன்றையும் திட்டமிட்டு செயல்வடிவம் தரும் அரசியல் தெளிவோ அறிவு முதிர்ச்சியோ எனக்கில்லை. என் நிமித்தம் பிறரை வலிக்கச்செய்தல் கூடாது என்பதில் தெளிவுடனிருக்கிறேன். உடைமை மனநிலை சொந்த உடம்பின்மீதுக்கூடக் கொள்ளக்கூடாது என்ற கொள்கையில் உறுதியாக இருக்கிறேன். நான் ஓரிடத்தில் தேங்குவதில்லை. நின்றயிடத்தில் வேர்த்தரித்து நிலைப்பெற உடம்பும் உள்ளமும் அறிவுக்கு ஒத்துழைக்காது; இவை மூன்றும் என்னுடைய நான் என்னும் ஓர்மையின் முப்பரிமாண நிலை. வள்ளா, எனக்கு நான்கூடச் சொந்தமில்லை. நான் பால் திரிந்தப் பிறகு என் முகத்தை நின்று நிதானமாகக் கண்ணாடியில் பார்த்ததில்லை. நான் காமத்தைக் கடந்தவள்; எனக்கு அன்பும் அரவணைப்பும் வேண்டும். காமம் விலைக்குக் கிடைக்கும்; காதல் விலையில்லாதது. இந்த வாழ்க்கையில் என்மீது காதல்கொண்ட முதல் ஆண் நீதான். வள்ளா, ஆண்குறியைப் பற்றிய பிரக்ஞை இல்லாமல் என்னைப் புணர்ந்தவன், நீ ஒருவன்தான். என் இயல்புக்கு மாறாக உன்னைக் காதலிக்கிறேன்; இந்த உணர்வு ஏக்கத்தையும் தவிப்பையும் உண்டாக்கிவிடும். நான் உடம்பால் ஆணுக்கும் பெண்ணுக்கும் நடுவில் நிலைத்தவள். நான் கருவாய்த் திரண்டு வளர்ந்த நிலையில் என் தாயை விட்டுவிட்டு ஓடியத் தந்தையையும் நான் சிறுவனாய் இருந்தபோது என்னை அனாதரவாய் விட்டுவிட்டு ஓடியத் தாயையும் ஒருசேர மறுதலிக்கும் எதிர்வினையே இந்த ஆபெண் நிலை. வள்ளா, உன்னுடன் பேசப்பேசச் சொற்களில் போதை நொதிக்கிறது. இந்தக் கடலுக்கு அழகான ஓர் உடனிருப்பு இந்த நிலா; இந்தக் காட்சிக்கு இணையானது வேறில்லை. நானே எனக்குக் கடலும் நிலவுமாக இருக்கிறேன். வள்ளா, உன்னையறியாமலே அடிக்கடி

என்னை ரேமா என்று அழைக்கிறாய்; ஆம், இனி யார் கேட்டாலும் என் பெயரை ரேமா என்றே சொல்வேன்.''

அந்த இரவு மொட்டை மாடியிலேயே இருந்தேன். செங்கேணியைப் படுக்கையறைக்குச் சென்று தூங்கச்சொன்னேன். அதிகாலையில் அவளை வழியனுப்பிவைக்க என்னால் இயலாது. அவளிடம் கடைசியாக ஒரு முத்தம் கேட்டேன். அவள் தந்த இறுதி முத்தம் கரித்தது. முகத்தில் வழிந்தக் கண்ணீர் இருட்டில் துலங்கவில்லை. இரண்டு பிணங்கள் ஒன்றையொன்று தழுவி முத்தமிட்டுக் கொள்வதைப்போல உணர்ந்தேன்.

செங்கேணி என்னிடமிருந்து விலகி முந்தாணையால் கண்களைத் துடைத்தபடி படியிறங்கினாள். ரேமா என அவளை அழைத்தேன்; இறங்கும்போது முதல் படியாகவும் ஏறும்போது இறுதிப் படியாகவும் அமைந்த மாடிப்படியில் நின்று இறுதியாக என்னைத் திரும்பிப் பார்த்தாள். ஆம், ரேமாவிலிருந்து ரேமாவரை; கீழிருந்துப் பார்க்க இறுதிப் படியாகவும் மேலிருந்துப் பார்க்க முதல் படியாகவும் ஒருத்தியே இருவேறு உள்ளடக்கத்தில் எனது வாழ்க்கையில் சமைந்துவிட்டனர் போலும்.

மாடியில் நின்று இருண்டக் கடலையே இரவு முழுதும் பார்த்தபடி இருந்தேன். வைகறை இருட்டில் வெளிச்சக் கீற்றுகள் படர்ந்தன. ரேமா வாசல் கதவடைத்து கடலை நோக்கி நடந்தாள். அவள் அண்ணாந்து மாடியைப் பார்க்கவில்லை. நான் மங்கியத் தோற்றத்தில் நடக்கும் அவளையே பார்த்துக்கொண்டிருந்தேன். சிவந்தக் கிழக்கைப் பார்த்துத் தலைக்கு மேல் கைகளைத் தூக்கிக் கும்பிட்டுவிட்டு, குனிந்து கடலை அள்ளித் தலையில் தெளித்துக்கொண்டு வடக்கு நோக்கி நடந்தாள். எனது பார்வையிலிருந்து அவள் கொஞ்சம் கொஞ்சமாக மறைய; ஈரக்கிழக்கில் பரிதி முளைத்தது.

படியிறங்கிக் கீழேவந்தேன். கழிவறைக்குள் நுழைந்து சிறுநீர் கழித்தேன். படுக்கையறைக்குள் நுழைந்து கட்டிலில் படுத்தேன். அறைமுழுவதும் காலத்தில் என்றோ அருகன்மேட்டில் புதைந்த ரேமாவின் தொல்நெடியும் செங்கேணியின் ஆபெண் நெடியும் இரண்டற ஒன்றிக் குமைந்தது. எழுந்து, மேசைமேலிருந்த மடிக்கணினியைப் படுக்கை மேல் வைத்துத் திறந்தேன். திரையில் ஒளிர்ந்த அங்காளனின் முகம் என்னைப் பார்த்துச் சிரித்தது.

நான் தூங்கும்போது அருகனும் விழித்திருக்கும்போது ரேமாவும் உடனிருக்கிறார்கள். அறையின் இடது மூலையில் ஈரம் உமிழும்

மண்பானையில் ரேமா நிரப்பிவிட்டுச் சென்ற நன்னீர் கனமாக அடைந்திருக்கிறது. பரந்து விரிந்த மரக்கட்டில்மேல் அமர்ந்து மடிக்கணினியில் இதை எழுதிக்கொண்டிருக்கும் எனது மூளையைவிட இந்தப் பானையின் மண் காலத்தால் தொன்மையானது; இதன் வடிவம் என்னைவிட வயதில் மூத்தது.

ωωω